卞尺丹几乙し丹卞と
Translated Language Learning

The Communist Manifesto

Tuyên ngôn Cộng sản

Karl Marx & Friedrich Engels

English / Tiếng Việt

Original text by Karl Marx and Friedrich Engels
The Communist Manifesto
First published in 1848
www.tranzlaty.com

Introduction
Giới thiệu

A spectre is haunting Europe — the spectre of Communism
Một bóng ma đang ám ảnh châu Âu - bóng ma của chủ nghĩa cộng sản

All the Powers of old Europe have entered into a holy alliance to exorcise this spectre
Tất cả các cường quốc của châu Âu cũ đã tham gia vào một liên minh thần thánh để xua đuổi bóng ma này

Pope and Czar, Metternich and Guizot, French Radicals and German police-spies
Giáo hoàng và Sa hoàng, Metternich và Guizot, Cấp tiến Pháp và gián điệp cảnh sát Đức

Where is the party in opposition that has not been decried as Communistic by its opponents in power?
Đảng đối lập ở đâu mà không bị các đối thủ cầm quyền lên án là Cộng sản?

Where is the Opposition that has not hurled back the branding reproach of Communism, against the more advanced opposition parties?
Đâu là phe đối lập đã không đẩy lùi sự khiển trách thương hiệu của chủ nghĩa cộng sản, chống lại các đảng đối lập tiên tiến hơn?

And where is the party that has not made the accusation against its reactionary adversaries?
Và đâu là đảng chưa tố cáo các đối thủ phản động của mình?

Two things result from this fact
Hai điều xuất phát từ thực tế này

I. Communism is already acknowledged by all European Powers to be itself a Power
I. Chủ nghĩa cộng sản đã được tất cả các cường quốc châu Âu thừa nhận là một cường quốc

II. It is high time that Communists should openly, in the face of the whole world, publish their views, aims and tendencies

II. Đã đến lúc những người cộng sản phải công khai, trước mặt toàn thế giới, công bố quan điểm, mục đích và xu hướng của họ

they must meet this nursery tale of the Spectre of Communism with a Manifesto of the party itself

họ phải đáp ứng câu chuyện vườn ươm này về Bóng ma của chủ nghĩa cộng sản với một Tuyên ngôn của chính đảng

To this end, Communists of various nationalities have assembled in London and sketched the following Manifesto

Để đạt được mục đích này, những người Cộng sản thuộc nhiều quốc tịch khác nhau đã tập hợp tại London và phác thảo Tuyên ngôn sau đây

this manifesto is to be published in the English, French, German, Italian, Flemish and Danish languages

bản tuyên ngôn này sẽ được xuất bản bằng các ngôn ngữ Anh, Pháp, Đức, Ý, Flemish và Đan Mạch

And now it is to be published in all the languages that Tranzlaty offers

Và bây giờ nó sẽ được xuất bản bằng tất cả các ngôn ngữ mà Tranzlaty cung cấp

Bourgeois and the Proletarians
Tư sản và vô sản

The history of all hitherto existing societies is the history of class struggles

Lịch sử của tất cả các xã hội tồn tại cho đến nay là lịch sử của các cuộc đấu tranh giai cấp

Freeman and slave, patrician and plebeian, lord and serf, guild-master and journeyman

Người tự do và nô lệ, quý tộc và plebeian, lãnh chúa và nông nô, chủ bang hội và người hành trình

in a word, oppressor and oppressed

Nói một cách dễ hiểu, kẻ áp bức và bị áp bức

these social classes stood in constant opposition to one another

Những tầng lớp xã hội này liên tục đối lập với nhau

they carried on an uninterrupted fight. Now hidden, now open

Họ tiếp tục một cuộc chiến không bị gián đoạn. Bây giờ ẩn, bây giờ mở

a fight that either ended in a revolutionary re-constitution of society at large

Một cuộc chiến hoặc kết thúc bằng một cuộc cách mạng tái cấu trúc xã hội nói chung

or a fight that ended in the common ruin of the contending classes

hoặc một cuộc chiến kết thúc trong sự hủy hoại chung của các giai cấp tranh chấp

let us look back to the earlier epochs of history

Chúng ta hãy nhìn lại những kỷ nguyên trước đó của lịch sử

we find almost everywhere a complicated arrangement of society into various orders

Chúng ta thấy hầu như ở khắp mọi nơi một sự sắp xếp phức tạp của xã hội thành nhiều trật tự khác nhau

there has always been a manifold gradation of social rank

Luôn luôn có một sự phân cấp đa dạng của cấp bậc xã hội

In ancient Rome we have patricians, knights, plebeians, slaves

Ở La Mã cổ đại, chúng ta có những người yêu nước, hiệp sĩ, plebeians, nô lệ

in the Middle Ages: feudal lords, vassals, guild-masters, journeymen, apprentices, serfs

vào thời trung cổ: lãnh chúa phong kiến, chư hầu, chủ bang hội, người hành trình, người học việc, nông nô

in almost all of these classes, again, subordinate gradations

Trong hầu hết các lớp này, một lần nữa, cấp bậc phụ

The modern Bourgeoisie society has sprouted from the ruins of feudal society

Xã hội tư sản hiện đại đã nảy mầm từ đống đổ nát của xã hội phong kiến

but this new social order has not done away with class antagonisms

Nhưng trật tự xã hội mới này đã không xóa bỏ sự đối kháng giai cấp

It has but established new classes and new conditions of oppression

Nó đã thiết lập các giai cấp mới và các điều kiện áp bức mới

it has established new forms of struggle in place of the old ones

Nó đã thiết lập các hình thức đấu tranh mới thay cho các hình thức đấu tranh cũ

however, the epoch we find ourselves in possesses one distinctive feature

Tuy nhiên, thời đại mà chúng ta thấy mình đang ở sở hữu một đặc điểm khác biệt

the epoch of the Bourgeoisie has simplified the class antagonisms

thời đại của giai cấp tư sản đã đơn giản hóa sự đối kháng giai cấp

Society as a whole is more and more splitting up into two great hostile camps

Xã hội nói chung ngày càng chia thành hai phe thù địch lớn

two great social classes directly facing each other:
Bourgeoisie and Proletariat

hai giai cấp xã hội lớn đối diện trực tiếp với nhau: Tư sản và
Vô sản

From the serfs of the Middle Ages sprang the chartered
burghers of the earliest towns

Từ nông nô thời Trung cổ đã xuất hiện những người chăn
nuôi điều lệ của các thị trấn sớm nhất

From these burgesses the first elements of the Bourgeoisie
were developed

Từ những kẻ trộm cắp này, những yếu tố đầu tiên của giai cấp
tư sản đã được phát triển

The discovery of America and the rounding of the Cape

Khám phá ra nước Mỹ và vòng quanh Cape

these events opened up fresh ground for the rising
Bourgeoisie

những sự kiện này đã mở ra nền tảng mới cho giai cấp tư sản
đang trỗi dậy

The East-Indian and Chinese markets, the colonisation of
America, trade with the colonies

Thị trường Đông Ấn và Trung Quốc, thuộc địa của Mỹ,
thương mại với các thuộc địa

the increase in the means of exchange and in commodities
generally

sự gia tăng các phương tiện trao đổi và hàng hóa nói chung

these events gave to commerce, navigation, and industry an
impulse never before known

Những sự kiện này đã mang lại cho thương mại, điều hướng
và ngành công nghiệp một động lực chưa từng được biết đến
trước đây

it gave rapid development to the revolutionary element in
the tottering feudal society

Nó đã phát triển nhanh chóng yếu tố cách mạng trong xã hội
phong kiến đang lung lay

closed guilds had monopolised the feudal system of
industrial production

Các bang hội khép kín đã độc quyền hệ thống sản xuất công nghiệp phong kiến

but this no longer sufficed for the growing wants of the new markets

Nhưng điều này không còn đủ cho nhu cầu ngày càng tăng của các thị trường mới

The manufacturing system took the place of the feudal system of industry

Hệ thống sản xuất đã thay thế hệ thống công nghiệp phong kiến

The guild-masters were pushed on one side by the manufacturing middle class

Các guild-master bị đẩy sang một bên bởi tầng lớp trung lưu sản xuất

division of labour between the different corporate guilds vanished

Phân công lao động giữa các bang hội doanh nghiệp khác nhau biến mất

the division of labour penetrated each single workshop

Sự phân công lao động thâm nhập vào từng phân xưởng

Meantime, the markets kept ever growing, and the demand ever rising

Trong khi đó, các thị trường tiếp tục phát triển và nhu cầu ngày càng tăng

Even factories no longer sufficed to meet the demands

Ngay cả các nhà máy cũng không còn đủ để đáp ứng nhu cầu

Thereupon, steam and machinery revolutionised industrial production

Do đó, hơi nước và máy móc đã cách mạng hóa sản xuất công nghiệp

The place of manufacture was taken by the giant, Modern Industry

Nơi sản xuất đã được thực hiện bởi người khổng lồ, Công nghiệp hiện đại

the place of the industrial middle class was taken by industrial millionaires

Vị trí của tầng lớp trung lưu công nghiệp đã được thực hiện
bởi các triệu phú công nghiệp
**the place of leaders of whole industrial armies were taken
by the modern Bourgeoisie**
vị trí của các nhà lãnh đạo của toàn bộ quân đội công nghiệp
đã được thực hiện bởi giai cấp tư sản hiện đại
**the discovery of America paved the way for modern industry
to establish the world market**
việc phát hiện ra nước Mỹ đã mở đường cho ngành công
nghiệp hiện đại thiết lập thị trường thế giới
**This market gave an immense development to commerce,
navigation, and communication by land**
Thị trường này đã cho một sự phát triển to lớn cho thương
mại, hàng hải và thông tin liên lạc bằng đường bộ
**This development has, in its time, reacted on the extension
of industry**
Sự phát triển này, trong thời gian của nó, đã phản ứng về việc
mở rộng ngành công nghiệp
**it reacted in proportion to how industry extended, and how
commerce, navigation and railways extended**
Nó phản ứng tỷ lệ thuận với cách ngành công nghiệp mở
rộng, và cách thương mại, điều hướng và đường sắt mở rộng
**in the same proportion that the Bourgeoisie developed, they
increased their capital**
trong cùng một tỷ lệ mà giai cấp tư sản phát triển, họ đã tăng
vốn của họ
**and the Bourgeoisie pushed into the background every class
handed down from the Middle Ages**
và giai cấp tư sản bị đẩy vào nền tảng mọi giai cấp được lưu
truyền từ thời Trung cổ
**therefore the modern Bourgeoisie is itself the product of a
long course of development**
do đó giai cấp tư sản hiện đại tự nó là sản phẩm của một quá
trình phát triển lâu dài
**we see it is a series of revolutions in the modes of
production and of exchange**

Chúng ta thấy đó là một loạt các cuộc cách mạng trong các phương thức sản xuất và trao đổi

Each developmental Bourgeoisie step was accompanied by a corresponding political advance

Mỗi bước phát triển của giai cấp tư sản đều đi kèm với một bước tiến chính trị tương ứng

An oppressed class under the sway of the feudal nobility

Một giai cấp bị áp bức dưới sự thống trị của giới quý tộc phong kiến

an armed and self-governing association in the mediaeval commune

Một hiệp hội vũ trang và tự quản ở xã thời trung cổ

here, an independent urban republic (as in Italy and Germany)

ở đây, một nước cộng hòa đô thị độc lập (như ở Ý và Đức)

there, a taxable "third estate" of the monarchy (as in France)

ở đó, một "bất động sản thứ ba" chịu thuế của chế độ quân chủ (như ở Pháp)

afterwards, in the period of manufacture proper

sau đó, trong thời kỳ sản xuất thích hợp

the Bourgeoisie served either the semi-feudal or the absolute monarchy

giai cấp tư sản phục vụ chế độ nửa phong kiến hoặc quân chủ tuyệt đối

or the Bourgeoisie acted as a counterpoise against the nobility

hoặc giai cấp tư sản đóng vai trò đối trọng với giới quý tộc

and, in fact, the Bourgeoisie was a corner-stone of the great monarchies in general

và, trên thực tế, giai cấp tư sản là nền tảng của các chế độ quân chủ vĩ đại nói chung

but Modern Industry and the world-market established itself since then

nhưng ngành công nghiệp hiện đại và thị trường thế giới đã tự thiết lập kể từ đó

and the Bourgeoisie has conquered for itself exclusive political sway

và giai cấp tư sản đã chinh phục cho mình sự thống trị chính trị độc quyền

it achieved this political sway through the modern representative State

nó đã đạt được ảnh hưởng chính trị này thông qua Nhà nước đại diện hiện đại

The executives of the modern State are but a management committee

Các giám đốc điều hành của Nhà nước hiện đại chỉ là một ủy ban quản lý

and they manage the common affairs of the whole of the Bourgeoisie

và họ quản lý các vấn đề chung của toàn bộ giai cấp tư sản

The Bourgeoisie, historically, has played a most revolutionary part

Giai cấp tư sản, trong lịch sử, đã đóng một vai trò cách mạng nhất

wherever it got the upper hand, it put an end to all feudal, patriarchal, and idyllic relations

Bất cứ nơi nào chiếm thế thượng phong, nó chấm dứt mọi quan hệ phong kiến, gia trưởng và bình dị

It has pitilessly torn asunder the motley feudal ties that bound man to his "natural superiors"

Nó đã xé nát một cách đáng thương mối quan hệ phong kiến motley ràng buộc con người với "cấp trên tự nhiên" của mình

and it has left remaining no nexus between man and man, other than naked self-interest

Và nó đã không còn mối liên hệ nào giữa con người và con người, ngoài lợi ích cá nhân trần trụi

man's relations with one another have become nothing more than callous "cash payment"

Mối quan hệ của con người với nhau đã trở thành không gì khác hơn là "thanh toán bằng tiền mặt" nhẫn tâm

It has drowned the most heavenly ecstasies of religious fervour

Nó đã nhấn chìm những sự ngây ngất trên trời nhất của lòng nhiệt thành tôn giáo

it has drowned chivalrous enthusiasm and philistine sentimentalism

Nó đã nhấn chìm sự nhiệt tình hào hiệp và chủ nghĩa đa cảm philistine

it has drowned these things in the icy water of egotistical calculation

Nó đã nhấn chìm những thứ này trong nước băng giá của tính toán tự cao tự đại

It has resolved personal worth into exchangeable value

Nó đã giải quyết giá trị cá nhân thành giá trị trao đổi

it has replaced the numberless and indefeasible chartered freedoms

Nó đã thay thế vô số quyền tự do đặc quyền và không khả thi

and it has set up a single, unconscionable freedom; Free Trade

và nó đã thiết lập một sự tự do duy nhất, vô lương tâm; Thương mại tự do

In one word, it has done this for exploitation

Nói một cách dễ hiểu, nó đã làm điều này để khai thác

exploitation veiled by religious and political illusions

Sự bóc lột bị che đậy bởi những ảo tưởng tôn giáo và chính trị

exploitation veiled by naked, shameless, direct, brutal exploitation

Sự bóc lột được che đậy bởi sự bóc lột trần trụi, không biết xấu hổ, trực tiếp, tàn bạo

the Bourgeoisie has stripped the halo off every previously honoured and revered occupation

giai cấp tư sản đã lột bỏ vầng hào quang khỏi mọi nghề nghiệp được tôn vinh và tôn kính trước đây

the physician, the lawyer, the priest, the poet, and the man of science

Bác sĩ, luật sư, linh mục, nhà thơ và con người của khoa học

it has converted these distinguished workers into its paid
wage labourers

Nó đã chuyển đổi những công nhân xuất sắc này thành những
người lao động làm công ăn lương được trả lương

The Bourgeoisie has torn the sentimental veil away from the
family

Giai cấp tư sản đã xé bức màn tình cảm ra khỏi gia đình

and it has reduced the family relation to a mere money
relation

Và nó đã làm giảm mối quan hệ gia đình thành một mối quan
hệ tiền bạc đơn thuần

the brutal display of vigour in the Middle Ages which
Reactionists so much admire

sự thể hiện sức sống tàn bạo trong thời Trung cổ mà những kẻ
phản động rất ngưỡng mộ

even this found its fitting complement in the most slothful
indolence

Ngay cả điều này cũng tìm thấy sự bổ sung phù hợp của nó
trong sự lười biếng lười biếng nhất

The Bourgeoisie has disclosed how all this came to pass

Giai cấp tư sản đã tiết lộ làm thế nào tất cả những điều này
xảy ra

The Bourgeoisie have been the first to show what man's
activity can bring about

Giai cấp tư sản là những người đầu tiên cho thấy những gì
hoạt động của con người có thể mang lại

It has accomplished wonders far surpassing Egyptian
pyramids, Roman aqueducts, and Gothic cathedrals

Nó đã đạt được những điều kỳ diệu vượt xa các kim tự tháp
Ai Cập, cống dẫn nước La Mã và nhà thờ Gothic

and it has conducted expeditions that put in the shade all
former Exoduses of nations and crusades

và nó đã tiến hành các cuộc thám hiểm đưa vào bóng râm tất
cả các cuộc Xuất hành trước đây của các quốc gia và các cuộc
thập tự chinh

The Bourgeoisie cannot exist without constantly revolutionising the instruments of production

Giai cấp tư sản không thể tồn tại mà không liên tục cách mạng hóa các công cụ sản xuất

and thereby it cannot exist without its relations to production

và do đó nó không thể tồn tại mà không có mối quan hệ của nó với sản xuất

and therefore it cannot exist without its relations to society

Và do đó nó không thể tồn tại mà không có mối quan hệ của nó với xã hội

all earlier industrial classes had one condition in common

Tất cả các tầng lớp công nghiệp trước đó đều có một điểm chung

they relied on the conservation of the old modes of production

Họ dựa vào việc bảo tồn các phương thức sản xuất cũ

but the Bourgeoisie brought with it a completely new dynamic

nhưng giai cấp tư sản mang theo một động lực hoàn toàn mới

Constant revolutionizing of production and uninterrupted disturbance of all social conditions

Liên tục cách mạng hóa sản xuất và xáo trộn liên tục của tất cả các điều kiện xã hội

this everlasting uncertainty and agitation distinguishes the Bourgeoisie epoch from all earlier ones

sự không chắc chắn và kích động vĩnh cửu này phân biệt thời đại tư sản với tất cả các thời đại trước đó

previous relations with production came with ancient and venerable prejudices and opinions

Quan hệ trước đây với sản xuất đi kèm với những định kiến và quan điểm cổ xưa và đáng kính

but all of these fixed, fast-frozen relations are swept away

Nhưng tất cả những mối quan hệ cố định, đóng băng nhanh chóng này đều bị cuốn trôi

all new-formed relations become antiquated before they can ossify

Tất cả các mối quan hệ mới được hình thành trở nên lỗi thời trước khi chúng có thể hóa thạch

All that is solid melts into air, and all that is holy is profaned

Tất cả những gì là rắn tan vào không khí, và tất cả những gì thiêng liêng đều bị xúc phạm

man is at last compelled to face with sober senses, his real conditions of life

Cuối cùng, con người buộc phải đối mặt với các giác quan tỉnh táo, những điều kiện sống thực sự của mình

and he is compelled to face his relations with his kind

Và anh ta buộc phải đối mặt với mối quan hệ của mình với đồng loại của mình

The Bourgeoisie constantly needs to expand its markets for its products

Giai cấp tư sản không ngừng cần mở rộng thị trường cho các sản phẩm của mình

and, because of this, the Bourgeoisie is chased over the whole surface of the globe

và, vì điều này, giai cấp tư sản bị truy đuổi trên toàn bộ bề mặt địa cầu

The Bourgeoisie must nestle everywhere, settle everywhere, establish connections everywhere

Giai cấp tư sản phải nép mình ở khắp mọi nơi, định cư ở khắp mọi nơi, thiết lập kết nối ở mọi nơi

The Bourgeoisie must create markets in every corner of the world to exploit

Giai cấp tư sản phải tạo ra thị trường ở mọi nơi trên thế giới để khai thác

the production and consumption in every country has been given a cosmopolitan character

Việc sản xuất và tiêu thụ ở mọi quốc gia đã được đưa ra một đặc tính quốc tế

the chagrin of Reactionists is palpable, but it has carried on regardless

sự thất vọng của những kẻ phản động là có thể cảm nhận
được, nhưng nó vẫn tiếp tục bất kể

**The Bourgeoisie have drawn from under the feet of industry
the national ground on which it stood**

Giai cấp tư sản đã rút ra từ dưới chân ngành công nghiệp nền
tảng quốc gia mà nó đang đứng

**all old-established national industries have been destroyed,
or are daily being destroyed**

Tất cả các ngành công nghiệp quốc gia lâu đời đã bị phá hủy,
hoặc đang bị phá hủy hàng ngày

**all old-established national industries are dislodged by new
industries**

Tất cả các ngành công nghiệp quốc gia được thành lập cũ đều
bị đánh bật bởi các ngành công nghiệp mới

**their introduction becomes a life and death question for all
civilised nations**

Sự giới thiệu của họ trở thành một câu hỏi sinh tử cho tất cả
các quốc gia văn minh

**they are dislodged by industries that no longer work up
indigenous raw material**

Họ bị đánh bật bởi các ngành công nghiệp không còn làm việc
với nguyên liệu thô bản địa

**instead, these industries pull raw materials from the
remotest zones**

Thay vào đó, các ngành công nghiệp này kéo nguyên liệu thô
từ các vùng xa xôi nhất

**industries whose products are consumed, not only at home,
but in every quarter of the globe**

Các ngành công nghiệp có sản phẩm được tiêu thụ, không chỉ
ở nhà, mà ở mỗi phần tư trên toàn cầu

**In place of the old wants, satisfied by the productions of the
country, we find new wants**

Thay vì những mong muốn cũ, được thỏa mãn bởi các sản
phẩm của đất nước, chúng tôi tìm thấy những mong muốn
mới

these new wants require for their satisfaction the products of distant lands and climes

Những mong muốn mới này đòi hỏi sự hài lòng của họ các sản phẩm của những vùng đất xa xôi và khí hậu

In place of the old local and national seclusion and self-sufficiency, we have trade

Thay vì sự ẩn dật và tự cung tự cấp của địa phương và quốc gia cũ, chúng ta có thương mại

international exchange in every direction; universal inter-dependence of nations

trao đổi quốc tế theo mọi hướng; sự phụ thuộc lẫn nhau phổ quát của các quốc gia

and just as we have dependency on materials, so we are dependent on intellectual production

Và cũng giống như chúng ta có sự phụ thuộc vào vật chất, vì vậy chúng ta phụ thuộc vào sản xuất trí tuệ

The intellectual creations of individual nations become common property

Những sáng tạo trí tuệ của từng quốc gia trở thành tài sản chung

National one-sidedness and narrow-mindedness become more and more impossible

Sự phiến diện và hẹp hòi của quốc gia ngày càng trở nên bất khả thi

and from the numerous national and local literatures, there arises a world literature

Và từ nhiều nền văn học quốc gia và địa phương, đã nảy sinh một nền văn học thế giới

by the rapid improvement of all instruments of production

bằng cách cải tiến nhanh chóng tất cả các công cụ sản xuất

by the immensely facilitated means of communication

bằng các phương tiện truyền thông vô cùng thuận lợi

The Bourgeoisie draws all (even the most barbarian nations) into civilisation

Giai cấp tư sản lôi kéo tất cả (ngay cả những quốc gia man rợ nhất) vào nền văn minh

The cheap prices of its commodities; the heavy artillery that batters down all Chinese walls

Giá rẻ của hàng hóa của nó; pháo hạng nặng đập sập tất cả các bức tường của Trung Quốc

the barbarians' intensely obstinate hatred of foreigners is forced to capitulate

Lòng căm thù cố chấp mãnh liệt của những kẻ man rợ đối với người nước ngoài buộc phải đầu hàng

It compels all nations, on pain of extinction, to adopt the Bourgeoisie mode of production

Nó buộc tất cả các quốc gia, trên bờ vực tuyệt chủng, phải áp dụng phương thức sản xuất tư sản

it compels them to introduce what it calls civilisation into their midst

Nó buộc họ phải giới thiệu cái mà nó gọi là nền văn minh vào giữa họ

The Bourgeoisie force the barbarians to become Bourgeoisie themselves

Giai cấp tư sản buộc những kẻ man rợ trở thành chính giai cấp tư sản

in a word, the Bourgeoisie creates a world after its own image

nói một cách dễ hiểu, giai cấp tư sản tạo ra một thế giới theo hình ảnh của chính nó

The Bourgeoisie has subjected the countryside to the rule of the towns

Giai cấp tư sản đã đặt nông thôn dưới sự cai trị của các thị trấn

It has created enormous cities and greatly increased the urban population

Nó đã tạo ra những thành phố khổng lồ và làm tăng đáng kể dân số đô thị

it rescued a considerable part of the population from the idiocy of rural life

Nó đã giải cứu một phần đáng kể dân số khỏi sự ngu ngốc của cuộc sống nông thôn

but it has made those in the the countryside dependent on the towns

Nhưng nó đã làm cho những người ở nông thôn phụ thuộc vào các thị trấn

and likewise, it has made the barbarian countries dependent on the civilised ones

Và tương tự như vậy, nó đã làm cho các quốc gia man rợ phụ thuộc vào những nước văn minh

nations of peasants on nations of Bourgeoisie, the East on the West

các quốc gia của nông dân trên các quốc gia của giai cấp tư sản, phương Đông trên phương Tây

The Bourgeoisie does away with the scattered state of the population more and more

Giai cấp tư sản ngày càng loại bỏ tình trạng phân tán của dân số

It has agglomerated production, and has concentrated property in a few hands

Nó có sản xuất kết tụ, và đã tập trung tài sản trong một vài tay

The necessary consequence of this was political centralisation

Hậu quả cần thiết của việc này là tập trung hóa chính trị

there had been independent nations and loosely connected provinces

Đã có các quốc gia độc lập và các tỉnh kết nối lỏng lẻo

they had separate interests, laws, governments and systems of taxation

Họ có lợi ích, luật pháp, chính phủ và hệ thống thuế riêng biệt

but they have become lumped together into one nation, with one government

Nhưng họ đã trở nên gộp lại với nhau thành một quốc gia, với một chính phủ

they now have one national class-interest, one frontier and one customs-tariff

Bây giờ họ có một lợi ích giai cấp quốc gia, một biên giới và một thuế quan hải quan

and this national class-interest is unified under one code of law

Và lợi ích giai cấp quốc gia này được thống nhất theo một bộ luật

the Bourgeoisie has achieved much during its rule of scarce one hundred years

giai cấp tư sản đã đạt được nhiều thành tựu trong thời kỳ cai trị khan hiếm một trăm năm

more massive and colossal productive forces than have all preceding generations together

lực lượng sản xuất khổng lồ và khổng lồ hơn tất cả các thế hệ trước cộng lại

Nature's forces are subjugated to the will of man and his machinery

Các lực lượng của thiên nhiên bị khuất phục trước ý chí của con người và bộ máy của anh ta

chemistry is applied to all forms of industry and types of agriculture

Hóa học được áp dụng cho tất cả các hình thức công nghiệp và các loại hình nông nghiệp

steam-navigation, railways, electric telegraphs, and the printing press

điều hướng hơi nước, đường sắt, điện báo và báo in

clearing of whole continents for cultivation, canalisation of rivers

giải phóng mặt bằng toàn bộ lục địa để canh tác, kênh rạch hóa các con sông

whole populations have been conjured out of the ground and put to work

Toàn bộ dân số đã được gợi lên từ mặt đất và đưa vào hoạt động

what earlier century had even a presentiment of what could be unleashed?

Thế kỷ trước đó thậm chí còn có một dự cảm về những gì có thể được giải phóng?

who predicted that such productive forces slumbered in the lap of social labour?

Ai dự đoán rằng lực lượng sản xuất như vậy ngủ quên trong lòng lao động xã hội?

we see then that the means of production and of exchange were generated in feudal society

Khi đó chúng ta thấy rằng tư liệu sản xuất và trao đổi đã được tạo ra trong xã hội phong kiến

the means of production on whose foundation the Bourgeoisie built itself up

tư liệu sản xuất mà giai cấp tư sản tự xây dựng trên nền tảng

At a certain stage in the development of these means of production and of exchange

Ở một giai đoạn nhất định trong sự phát triển của các phương tiện sản xuất và trao đổi này

the conditions under which feudal society produced and exchanged

các điều kiện theo đó xã hội phong kiến sản xuất và trao đổi

the feudal organisation of agriculture and manufacturing industry

Tổ chức phong kiến nông nghiệp và công nghiệp chế biến, chế tạo

the feudal relations of property were no longer compatible with the material conditions

quan hệ phong kiến về sở hữu không còn tương thích với điều kiện vật chất

They had to be burst asunder, so they were burst asunder

Chúng phải được nổ tung dưới đây, vì vậy chúng bị nổ tung

Into their place stepped free competition from the productive forces

Vào vị trí của họ bước cạnh tranh tự do từ các lực lượng sản xuất

and they were accompanied by a social and political constitution adapted to it

Và họ được kèm theo một hiến pháp xã hội và chính trị thích nghi với nó

and it was accompanied by the economical and political sway of the Bourgeoisie class

và nó đi kèm với sự thống trị kinh tế và chính trị của giai cấp tư sản

A similar movement is going on before our own eyes

Một phong trào tương tự đang diễn ra trước mắt chúng ta

Modern Bourgeoisie society with its relations of production, and of exchange, and of property

Xã hội tư sản hiện đại với quan hệ sản xuất, trao đổi và sở hữu

a society that has conjured up such gigantic means of production and of exchange

Một xã hội đã gợi lên những phương tiện sản xuất và trao đổi khổng lồ như vậy

it is like the sorcerer who called up the powers of the nether world

Nó giống như thầy phù thủy đã kêu gọi sức mạnh của thế giới Nether

but he is no longer able to control what he has brought into the world

Nhưng anh ta không còn có thể kiểm soát những gì anh ta đã mang vào thế giới

For many a decade past history was tied together by a common thread

Trong nhiều thập kỷ qua, lịch sử được gắn liền với nhau bởi một sợi chỉ chung

the history of industry and commerce has been but the history of revolts

Lịch sử của công nghiệp và thương mại đã được nhưng lịch sử của các cuộc nổi dậy

the revolts of modern productive forces against modern conditions of production

các cuộc khởi nghĩa của lực lượng sản xuất hiện đại chống lại điều kiện sản xuất hiện đại

the revolts of modern productive forces against property relations

các cuộc nổi dậy của lực lượng sản xuất hiện đại chống lại quan hệ sở hữu

these property relations are the conditions for the existence of the Bourgeoisie

những quan hệ tài sản này là điều kiện cho sự tồn tại của giai cấp tư sản

and the existence of the Bourgeoisie determines the rules for property relations

và sự tồn tại của giai cấp tư sản quyết định các quy tắc cho quan hệ sở hữu

it is enough to mention the periodical return of commercial crises

Nó là đủ để đề cập đến sự trở lại định kỳ của các cuộc khủng hoảng thương mại

each commercial crisis is more threatening to Bourgeoisie society than the last

mỗi cuộc khủng hoảng thương mại đều đe dọa xã hội tư sản nhiều hơn lần trước

In these crises a great part of the existing products are destroyed

Trong những cuộc khủng hoảng này, một phần lớn các sản phẩm hiện có bị phá hủy

but these crises also destroy the previously created productive forces

Nhưng những cuộc khủng hoảng này cũng phá hủy các lực lượng sản xuất được tạo ra trước đó

in all earlier epochs these epidemics would have seemed an absurdity

Trong tất cả các kỷ nguyên trước đó, những dịch bệnh này dường như là một điều vô lý

because these epidemics are the commercial crises of over-production

Bởi vì những dịch bệnh này là cuộc khủng hoảng thương mại của sản xuất dư thừa

Society suddenly finds itself put back into a state of momentary barbarism

Xã hội đột nhiên thấy mình bị đưa trở lại trạng thái man rợ nhất thời

as if a universal war of devastation had cut off every means of subsistence

Như thể một cuộc chiến tranh tàn phá toàn cầu đã cắt đứt mọi phương tiện sinh hoạt

industry and commerce seem to have been destroyed; and why?

công nghiệp và thương mại dường như đã bị phá hủy; Và tại sao?

Because there is too much civilisation and means of subsistence

Bởi vì có quá nhiều nền văn minh và phương tiện sinh hoạt

and because there is too much industry, and too much commerce

và bởi vì có quá nhiều ngành công nghiệp, và quá nhiều thương mại

The productive forces at the disposal of society no longer develop Bourgeoisie property

Lực lượng sản xuất theo ý của xã hội không còn phát triển tài sản tư sản

on the contrary, they have become too powerful for these conditions, by which they are fettered

Ngược lại, chúng đã trở nên quá mạnh mẽ đối với những điều kiện này, qua đó chúng bị trói buộc

as soon as they overcome these fetters, they bring disorder into the whole of Bourgeoisie society

ngay khi họ vượt qua những xiềng xích này, họ mang lại sự rối loạn cho toàn bộ xã hội tư sản

and the productive forces endanger the existence of Bourgeoisie property

và lực lượng sản xuất gây nguy hiểm cho sự tồn tại của tài sản tư sản

The conditions of Bourgeoisie society are too narrow to comprise the wealth created by them

Các điều kiện của xã hội tư sản quá hẹp để bao gồm sự giàu có do họ tạo ra

And how does the Bourgeoisie get over these crises?

Và làm thế nào để giai cấp tư sản vượt qua những cuộc khủng hoảng này?

On the one hand, it overcomes these crises by the enforced destruction of a mass of productive forces

Một mặt, nó vượt qua những cuộc khủng hoảng này bằng cách cưỡng chế phá hủy một khối lượng lực lượng sản xuất

on the other hand, it overcomes these crises by the conquest of new markets

Mặt khác, nó vượt qua những cuộc khủng hoảng này bằng cách chinh phục các thị trường mới

and it overcomes these crises by the more thorough exploitation of the old forces of production

Và nó vượt qua những khủng hoảng này bằng cách khai thác triệt để hơn các lực lượng sản xuất cũ

That is to say, by paving the way for more extensive and more destructive crises

Điều đó có nghĩa là, bằng cách mở đường cho các cuộc khủng hoảng rộng lớn hơn và tàn phá hơn

it overcomes the crisis by diminishing the means whereby crises are prevented

Nó vượt qua cuộc khủng hoảng bằng cách giảm bớt các phương tiện nhờ đó các cuộc khủng hoảng được ngăn chặn

The weapons with which the Bourgeoisie felled feudalism to the ground are now turned against itself

Những vũ khí mà giai cấp tư sản đã hạ gục chế độ phong kiến xuống đất giờ đây đã quay lưng lại với chính nó

But not only has the Bourgeoisie forged the weapons that bring death to itself

Nhưng giai cấp tư sản không chỉ rèn ra những vũ khí mang lại cái chết cho chính nó

it has also called into existence the men who are to wield those weapons

Nó cũng đã kêu gọi sự tồn tại của những người đàn ông sẽ sử dụng những vũ khí đó

and these men are the modern working class; they are the proletarians

và những người này là giai cấp công nhân hiện đại; Họ là những người vô sản

In proportion as the Bourgeoisie is developed, in the same proportion is the Proletariat developed

Tỷ lệ khi giai cấp tư sản phát triển, trong cùng một tỷ lệ là giai cấp vô sản phát triển

the modern working class developed a class of labourers

Giai cấp công nhân hiện đại đã phát triển một giai cấp lao động

this class of labourers live only so long as they find work

Tầng lớp lao động này chỉ sống miễn là họ tìm được việc làm

and they find work only so long as their labour increases capital

Và họ chỉ tìm được việc làm miễn là lao động của họ tăng vốn

These labourers, who must sell themselves piece-meal, are a commodity

Những người lao động này, những người phải bán cho mình từng mảnh, là một mặt hàng

these labourers are like every other article of commerce

Những người lao động này giống như mọi mặt hàng thương mại khác

and they are consequently exposed to all the vicissitudes of competition

và do đó họ phải đối mặt với tất cả những thăng trầm của cạnh tranh

they have to weather all the fluctuations of the market

Họ phải vượt qua mọi biến động của thị trường

Owing to the extensive use of machinery and to division of labour

Do việc sử dụng rộng rãi máy móc và phân công lao động

the work of the proletarians has lost all individual character

Công việc của những người vô sản đã mất hết tính cách cá nhân

and consequently, the work of the proletarians has lost all charm for the workman

Và hậu quả là, công việc của những người vô sản đã mất hết sức quyến rũ đối với người lao động

He becomes an appendage of the machine, rather than the man he once was

Anh ta trở thành một phần phụ của cỗ máy, chứ không phải là người đàn ông anh ta từng là

only the most simple, monotonous, and most easily acquired knack is required of him

Chỉ cần có sở trường đơn giản, đơn điệu và dễ dàng nhất của anh ta

Hence, the cost of production of a workman is restricted

Do đó, chi phí sản xuất của một công nhân bị hạn chế

it is restricted almost entirely to the means of subsistence that he requires for his maintenance

Nó bị giới hạn gần như hoàn toàn đối với các phương tiện sinh hoạt mà anh ta yêu cầu để bảo trì

and it is restricted to the means of subsistence that he requires for the propagation of his race

và nó bị giới hạn trong các phương tiện sinh hoạt mà anh ta yêu cầu để truyền bá chủng tộc của mình

But the price of a commodity, and therefore also of labour, is equal to its cost of production

Nhưng giá của một hàng hóa, và do đó cũng là lao động, bằng với chi phí sản xuất của nó

In proportion, therefore, as the repulsiveness of the work increases, the wage decreases

Do đó, theo tỷ lệ, khi sự ghê tởm của công việc tăng lên, tiền lương giảm

Nay, the repulsiveness of his work increases at an even greater rate

Không, sự ghê tởm trong công việc của anh ta tăng lên với tốc độ thậm chí còn lớn hơn

as the use of machinery and division of labour increases, so does the burden of toil

Khi việc sử dụng máy móc và phân công lao động tăng lên, gánh nặng lao động cũng tăng lên

the burden of toil is increased by prolongation of the working hours

gánh nặng của công việc vất vả được tăng lên bằng cách kéo dài thời gian làm việc

more is expected of the labourer in the same time as before

Người lao động được mong đợi nhiều hơn trong cùng thời gian như trước đây

and of course the burden of the toil is increased by the speed of the machinery

Và tất nhiên gánh nặng của công việc vất vả được tăng lên bởi tốc độ của máy móc

Modern industry has converted the little workshop of the patriarchal master into the great factory of the industrial capitalist

Công nghiệp hiện đại đã biến xưởng nhỏ của ông chủ gia trưởng thành nhà máy lớn của nhà tư bản công nghiệp

Masses of labourers, crowded into the factory, are organised like soldiers

Quần chúng lao động, chen chúc vào nhà máy, được tổ chức như những người lính

As privates of the industrial army they are placed under the command of a perfect hierarchy of officers and sergeants

Là binh nhì của quân đội công nghiệp, họ được đặt dưới sự chỉ huy của một hệ thống phân cấp hoàn hảo của các sĩ quan và trung sĩ

they are not only the slaves of the Bourgeoisie class and State

họ không chỉ là nô lệ của giai cấp tư sản và Nhà nước

but they are also daily and hourly enslaved by the machine

Nhưng họ cũng bị máy móc nô lệ hàng ngày và hàng giờ

they are enslaved by the over-looker, and, above all, by the individual Bourgeoisie manufacturer himself

họ bị nô lệ bởi những người nhìn quá mức, và trên hết, bởi chính nhà sản xuất tư sản cá nhân

The more openly this despotism proclaims gain to be its end and aim, the more petty, the more hateful and the more embittering it is

Chế độ chuyên chế này càng công khai tuyên bố lợi ích là mục đích và mục đích của nó, thì càng nhỏ mọn, càng thù hận và càng cay đắng

the more modern industry becomes developed, the lesser are the differences between the sexes

Ngành công nghiệp càng phát triển, sự khác biệt giữa hai giới càng ít

The less the skill and exertion of strength implied in manual labour, the more is the labour of men superseded by that of women

Kỹ năng và nỗ lực sức mạnh được ngụ ý trong lao động chân tay càng ít, thì lao động của nam giới càng bị thay thế bởi lao động của phụ nữ

Differences of age and sex no longer have any distinctive social validity for the working class

Sự khác biệt về tuổi tác và giới tính không còn có bất kỳ giá trị xã hội đặc biệt nào đối với tầng lớp lao động

All are instruments of labour, more or less expensive to use, according to their age and sex

Tất cả đều là công cụ lao động, ít nhiều tốn kém để sử dụng, theo độ tuổi và giới tính của họ

as soon as the labourer receives his wages in cash, than he is set upon by the other portions of the Bourgeoisie

ngay khi người lao động nhận được tiền lương của mình bằng tiền mặt, hơn là anh ta được đặt ra bởi các bộ phận khác của giai cấp tư sản

the landlord, the shopkeeper, the pawnbroker, etc

chủ nhà, chủ cửa hàng, người cầm đồ, v.v

The lower strata of the middle class; the small trades people and shopkeepers

Các tầng lớp thấp hơn của tầng lớp trung lưu; những người buôn bán nhỏ và chủ cửa hàng

the retired tradesmen generally, and the handicraftsmen and peasants

các thương nhân đã nghỉ hưu nói chung, và các thợ thủ công và nông dân

all these sink gradually into the Proletariat

tất cả những điều này chìm dần vào giai cấp vô sản

partly because their diminutive capital does not suffice for the scale on which Modern Industry is carried on

một phần vì vốn nhỏ bé của họ không đủ cho quy mô mà ngành công nghiệp hiện đại được thực hiện

and because it is swamped in the competition with the large capitalists

và bởi vì nó bị ngập trong cuộc cạnh tranh với các nhà tư bản lớn

partly because their specialized skill is rendered worthless by the new methods of production

Một phần vì kỹ năng chuyên môn của họ trở nên vô giá trị bởi các phương pháp sản xuất mới

Thus the Proletariat is recruited from all classes of the population

Do đó, giai cấp vô sản được tuyển chọn từ tất cả các tầng lớp dân cư

The Proletariat goes through various stages of development

Giai cấp vô sản trải qua các giai đoạn phát triển khác nhau

With its birth begins its struggle with the Bourgeoisie

Với sự ra đời của nó bắt đầu cuộc đấu tranh với giai cấp tư sản

At first the contest is carried on by individual labourers

Lúc đầu, cuộc thi được thực hiện bởi từng người lao động

then the contest is carried on by the workpeople of a factory

Sau đó, cuộc thi được thực hiện bởi các công nhân của một nhà máy

then the contest is carried on by the operatives of one trade, in one locality

Sau đó, cuộc thi được thực hiện bởi các hợp tác xã của một ngành nghề, ở một địa phương

and the contest is then against the individual Bourgeoisie who directly exploits them

và cuộc thi sau đó chống lại giai cấp tư sản cá nhân trực tiếp bóc lột họ

They direct their attacks not against the Bourgeoisie conditions of production

Họ chỉ đạo các cuộc tấn công của họ không chống lại các điều kiện sản xuất của giai cấp tư sản

but they direct their attack against the instruments of production themselves

Nhưng họ chỉ đạo cuộc tấn công của họ chống lại chính các công cụ sản xuất

they destroy imported wares that compete with their labour

Họ phá hủy các sản phẩm nhập khẩu cạnh tranh với lao động của họ

they smash to pieces machinery and they set factories ablaze

Họ đập vỡ máy móc thành từng mảnh và họ đốt cháy các nhà máy

they seek to restore by force the vanished status of the workman of the Middle Ages

họ tìm cách khôi phục bằng vũ lực tình trạng đã biến mất của người lao động thời Trung cổ

At this stage the labourers still form an incoherent mass scattered over the whole country

Ở giai đoạn này, những người lao động vẫn tạo thành một khối không mạch lạc nằm rải rác trên cả nước

and they are broken up by their mutual competition

và họ bị phá vỡ bởi sự cạnh tranh lẫn nhau của họ

If anywhere they unite to form more compact bodies, this is not yet the consequence of their own active union

Nếu bất cứ nơi nào họ hợp nhất để tạo thành các cơ quan nhỏ gọn hơn, đây vẫn chưa phải là kết quả của sự kết hợp tích cực của chính họ

but it is a consequence of the union of the Bourgeoisie, to attain its own political ends

nhưng đó là hậu quả của sự liên minh của giai cấp tư sản, để đạt được mục đích chính trị của riêng mình

the Bourgeoisie is compelled to set the whole Proletariat in motion

giai cấp tư sản buộc phải vận động toàn bộ giai cấp vô sản

and moreover, for a time being, the Bourgeoisie is able to do so

và hơn nữa, trong một thời gian, giai cấp tư sản có thể làm như vậy

At this stage, therefore, the proletarians do not fight their enemies

Do đó, ở giai đoạn này, những người vô sản không chiến đấu với kẻ thù của họ

but instead they are fighting the enemies of their enemies

Nhưng thay vào đó, họ đang chiến đấu với kẻ thù của kẻ thù của họ

the fight the remnants of absolute monarchy and the landowners

Cuộc chiến tàn dư của chế độ quân chủ tuyệt đối và địa chủ;

they fight the non-industrial Bourgeoisie; the petty Bourgeoisie

họ chống lại giai cấp tư sản phi công nghiệp; giai cấp tư sản nhỏ

Thus the whole historical movement is concentrated in the hands of the Bourgeoisie

Do đó, toàn bộ phong trào lịch sử tập trung trong tay giai cấp tư sản

every victory so obtained is a victory for the Bourgeoisie

mỗi thắng lợi có được là một chiến thắng cho giai cấp tư sản

But with the development of industry the Proletariat not only increases in number

Nhưng với sự phát triển của công nghiệp, giai cấp vô sản không chỉ tăng về số lượng

the Proletariat becomes concentrated in greater masses and its strength grows

giai cấp vô sản trở nên tập trung trong quần chúng lớn hơn và sức mạnh của nó tăng lên

and the Proletariat feels that strength more and more

và giai cấp vô sản ngày càng cảm thấy sức mạnh đó

The various interests and conditions of life within the ranks of the Proletariat are more and more equalised

Những lợi ích và điều kiện sống khác nhau trong hàng ngũ của giai cấp vô sản ngày càng bình đẳng hơn

they become more in proportion as machinery obliterates all distinctions of labour

Chúng trở nên cân đối hơn khi máy móc xóa bỏ mọi sự phân biệt lao động

and machinery nearly everywhere reduces wages to the same low level

Và máy móc gần như ở khắp mọi nơi đều giảm lương xuống mức thấp như nhau

The growing competition among the Bourgeoisie, and the resulting commercial crises, make the wages of the workers ever more fluctuating

Sự cạnh tranh ngày càng tăng giữa giai cấp tư sản, và kết quả là các cuộc khủng hoảng thương mại, làm cho tiền lương của công nhân ngày càng biến động

The unceasing improvement of machinery, ever more rapidly developing, makes their livelihood more and more precarious

Sự cải tiến không ngừng của máy móc, ngày càng phát triển nhanh chóng, khiến sinh kế của họ ngày càng bấp bênh

the collisions between individual workmen and individual Bourgeoisie take more and more the character of collisions between two classes

sự va chạm giữa cá nhân công nhân và cá nhân giai cấp tư sản ngày càng có tính chất va chạm giữa hai giai cấp

Thereupon the workers begin to form combinations (Trades Unions) against the Bourgeoisie

Sau đó, công nhân bắt đầu hình thành các tổ hợp (Công đoàn) chống lại giai cấp tư sản

they club together in order to keep up the rate of wages

Họ câu lạc bộ với nhau để theo kịp tỷ lệ tiền lương

they found permanent associations in order to make provision beforehand for these occasional revolts

Họ tìm thấy các hiệp hội thường trực để cung cấp trước cho những cuộc nổi dậy không thường xuyên này

Here and there the contest breaks out into riots

Ở đây và ở đó, cuộc thi nổ ra thành bạo loạn

Now and then the workers are victorious, but only for a time

Bây giờ và sau đó các công nhân chiến thắng, nhưng chỉ trong một thời gian

The real fruit of their battles lies, not in the immediate result, but in the ever-expanding union of the workers

Thành quả thực sự của các trận chiến của họ không nằm ở kết quả trước mắt, mà nằm ở công đoàn ngày càng mở rộng của công nhân

This union is helped on by the improved means of communication that are created by modern industry

Liên minh này được giúp đỡ bởi các phương tiện truyền thông được cải thiện được tạo ra bởi ngành công nghiệp hiện đại

modern communication places the workers of different localities in contact with one another

Truyền thông hiện đại đặt công nhân của các địa phương khác nhau tiếp xúc với nhau

It was just this contact that was needed to centralise the numerous local struggles into one national struggle between classes

Chính sự tiếp xúc này là cần thiết để tập trung vô số cuộc đấu tranh địa phương thành một cuộc đấu tranh dân tộc giữa các giai cấp

all of these struggles are of the same character, and every class struggle is a political struggle

Tất cả những cuộc đấu tranh này đều có cùng một đặc điểm, và mọi cuộc đấu tranh giai cấp đều là một cuộc đấu tranh chính trị

the burghers of the Middle Ages, with their miserable highways, required centuries to form their unions

những người chăn nuôi thời Trung cổ, với những con đường cao tốc khốn khổ của họ, đòi hỏi nhiều thế kỷ để thành lập công đoàn của họ

the modern proletarians, thanks to railways, achieve their unions within a few years

Những người vô sản hiện đại, nhờ đường sắt, đạt được công đoàn của họ trong vòng một vài năm

This organisation of the proletarians into a class consequently formed them into a political party

Tổ chức này của những người vô sản thành một giai cấp do đó hình thành họ thành một đảng chính trị

the political class is continually being upset again by the competition between the workers themselves

Tầng lớp chính trị liên tục bị đảo lộn một lần nữa bởi sự cạnh tranh giữa chính công nhân

But the political class continues to rise up again, stronger, firmer, mightier

Nhưng giai cấp chính trị tiếp tục trỗi dậy một lần nữa, mạnh mẽ hơn, vững chắc hơn, mạnh mẽ hơn

It compels legislative recognition of particular interests of the workers

Nó buộc phải công nhận lập pháp về lợi ích cụ thể của người lao động

it does this by taking advantage of the divisions among the Bourgeoisie itself

nó làm điều này bằng cách lợi dụng sự chia rẽ giữa chính giai cấp tư sản

Thus the ten-hours' bill in England was put into law

Do đó, dự luật mười giờ ở Anh đã được đưa vào luật

in many ways the collisions between the classes of the old society further is the course of development of the Proletariat

theo nhiều cách, sự va chạm giữa các giai cấp của xã hội cũ hơn nữa là quá trình phát triển của giai cấp vô sản

The Bourgeoisie finds itself involved in a constant battle

Giai cấp tư sản thấy mình tham gia vào một trận chiến liên tục

At first it will find itself involved in a constant battle with the aristocracy

Lúc đầu, nó sẽ thấy mình tham gia vào một trận chiến liên tục với tầng lớp quý tộc

later on it will find itself involved in a constant battle with those portions of the Bourgeoisie itself

sau này nó sẽ thấy mình tham gia vào một trận chiến liên tục với những phần đó của chính giai cấp tư sản

and their interests will have become antagonistic to the progress of industry

và lợi ích của họ sẽ trở nên đối nghịch với sự tiến bộ của ngành công nghiệp

at all times, their interests will have become antagonistic with the Bourgeoisie of foreign countries

lúc nào cũng vậy, lợi ích của họ sẽ trở nên đối nghịch với giai cấp tư sản nước ngoài

In all these battles it sees itself compelled to appeal to the Proletariat, and asks for its help

Trong tất cả những trận chiến này, nó thấy mình buộc phải kêu gọi giai cấp vô sản, và yêu cầu sự giúp đỡ của nó

and thus, it will feel compelled to drag it into the political arena

Và do đó, nó sẽ cảm thấy bắt buộc phải kéo nó vào vũ đài chính trị

The Bourgeoisie itself, therefore, supplies the Proletariat with its own instruments of political and general education

Do đó, chính giai cấp tư sản cung cấp cho giai cấp vô sản những công cụ giáo dục chính trị và phổ thông của riêng mình

in other words, it furnishes the Proletariat with weapons for fighting the Bourgeoisie

nói cách khác, nó cung cấp cho giai cấp vô sản vũ khí để chống lại giai cấp tư sản

Further, as we have already seen, entire sections of the ruling classes are precipitated into the Proletariat

Hơn nữa, như chúng ta đã thấy, toàn bộ các bộ phận của giai cấp thống trị bị kết tủa vào giai cấp vô sản

the advance of industry sucks them into the Proletariat

sự tiến bộ của công nghiệp hút họ vào giai cấp vô sản

or, at least, they are threatened in their conditions of existence

Hoặc, ít nhất, họ bị đe dọa trong điều kiện tồn tại của họ

These also supply the Proletariat with fresh elements of enlightenment and progress

Những điều này cũng cung cấp cho giai cấp vô sản những yếu tố mới mẻ của sự giác ngộ và tiến bộ

Finally, in times when the class struggle nears the decisive hour

Cuối cùng, trong những lúc cuộc đấu tranh giai cấp gần đến giờ quyết định

the process of dissolution going on within the ruling class

Quá trình giải thể đang diễn ra trong giai cấp thống trị

in fact, the dissolution going on within the ruling class will be felt within the whole range of society

Trên thực tế, sự tan rã đang diễn ra trong giai cấp thống trị sẽ được cảm nhận trong toàn bộ phạm vi xã hội

it will take on such a violent, glaring character, that a small section of the ruling class cuts itself adrift

Nó sẽ mang một tính cách bạo lực, rõ ràng đến nỗi một bộ phận nhỏ của giai cấp thống trị tự cắt đứt

and that ruling class will join the revolutionary class

và giai cấp thống trị đó sẽ gia nhập giai cấp cách mạng

the revolutionary class being the class that holds the future in its hands

giai cấp cách mạng là giai cấp nắm giữ tương lai trong tay

Just as at an earlier period, a section of the nobility went over to the Bourgeoisie

Cũng giống như thời kỳ trước, một bộ phận quý tộc đã chuyển sang giai cấp tư sản

the same way a portion of the Bourgeoisie will go over to the Proletariat

giống như cách một bộ phận của giai cấp tư sản sẽ chuyển sang giai cấp vô sản

in particular, a portion of the Bourgeoisie will go over to a portion of the Bourgeoisie ideologists

đặc biệt, một bộ phận giai cấp tư sản sẽ chuyển sang một bộ phận các nhà tư tưởng tư sản

Bourgeoisie ideologists who have raised themselves to the level of comprehending theoretically the historical movement as a whole

Các nhà tư tưởng tư sản đã tự nâng mình lên mức độ hiểu biết về mặt lý thuyết toàn bộ phong trào lịch sử

Of all the classes that stand face to face with the Bourgeoisie today, the Proletariat alone is a really revolutionary class

Trong tất cả các giai cấp đứng đối mặt với giai cấp tư sản ngày nay, chỉ có giai cấp vô sản mới là giai cấp cách mạng thực sự

The other classes decay and finally disappear in the face of Modern Industry

Các giai cấp khác phân rã và cuối cùng biến mất khi đối mặt với Công nghiệp hiện đại

the Proletariat is its special and essential product

giai cấp vô sản là sản phẩm đặc biệt và thiết yếu của nó

The lower middle class, the small manufacturer, the shopkeeper, the artisan, the peasant

Tầng lớp trung lưu thấp hơn, nhà sản xuất nhỏ, chủ cửa hàng, nghệ nhân, nông dân

all these fight against the Bourgeoisie

tất cả những cuộc chiến chống lại giai cấp tư sản

they fight as fractions of the middle class to save themselves from extinction

Họ chiến đấu như những phần nhỏ của tầng lớp trung lưu để tự cứu mình khỏi sự tuyệt chủng

They are therefore not revolutionary, but conservative

Do đó, họ không phải là nhà cách mạng, mà là bảo thủ

Nay more, they are reactionary, for they try to roll back the wheel of history

Hơn nữa, họ là những kẻ phản động, vì họ cố gắng quay ngược bánh xe lịch sử

If by chance they are revolutionary, they are so only in view of their impending transfer into the Proletariat

Nếu tình cờ họ là nhà cách mạng, họ chỉ vì vậy khi họ sắp chuyển sang giai cấp vô sản

they thus defend not their present, but their future interests

Do đó, họ không bảo vệ hiện tại của họ, mà là lợi ích tương lai của họ

they desert their own standpoint to place themselves at that of the Proletariat

họ từ bỏ quan điểm riêng của mình để đặt mình vào quan điểm của giai cấp vô sản

The "dangerous class," the social scum, that passively rotting mass thrown off by the lowest layers of old society

"Giai cấp nguy hiểm", cặn bã xã hội, khối lượng thối rữa thụ động bị vứt bỏ bởi các tầng lớp thấp nhất của xã hội cũ

they may, here and there, be swept into the movement by a proletarian revolution

Họ có thể, ở đây và ở đó, bị cuốn vào phong trào bởi một cuộc cách mạng vô sản

its conditions of life, however, prepare it far more for the part of a bribed tool of reactionary intrigue

Tuy nhiên, điều kiện sống của nó chuẩn bị cho nó nhiều hơn cho một phần của một công cụ mua chuộc của âm mưu phản động

In the conditions of the Proletariat, those of old society at large are already virtually swamped

Trong điều kiện của giai cấp vô sản, những người của xã hội cũ nói chung đã hầu như bị ngập lụt

The proletarian is without property
Vô sản không có tài sản

his relation to his wife and children has no longer anything in common with the Bourgeoisie's family-relations
mối quan hệ của ông với vợ con không còn điểm chung với quan hệ gia đình của giai cấp tư sản

modern industrial labour, modern subjection to capital, the same in England as in France, in America as in Germany
lao động công nghiệp hiện đại, sự lệ thuộc hiện đại vào tư bản, giống nhau ở Anh như ở Pháp, ở Mỹ cũng như ở Đức

his condition in society has stripped him of every trace of national character
Tình trạng của anh ta trong xã hội đã tước đi mọi dấu vết của nhân cách dân tộc

Law, morality, religion, are to him so many Bourgeoisie prejudices
Luật pháp, đạo đức, tôn giáo, đối với anh ta rất nhiều định kiến tư sản

and behind these prejudices lurk in ambush just as many Bourgeoisie interests
và đằng sau những định kiến này ẩn nấp trong mai phục cũng như nhiều lợi ích tư sản

All the preceding classes that got the upper hand, sought to fortify their already acquired status
Tất cả các tầng lớp trước đó chiếm thế thượng phong, đều tìm cách củng cố vị thế đã có được của họ

they did this by subjecting society at large to their conditions of appropriation
Họ đã làm điều này bằng cách đặt xã hội nói chung vào các điều kiện chiếm đoạt của họ

The proletarians cannot become masters of the productive forces of society
Những người vô sản không thể làm chủ lực lượng sản xuất của xã hội

it can only do this by abolishing their own previous mode of appropriation

Nó chỉ có thể làm điều này bằng cách bãi bỏ phương thức chiếm đoạt trước đây của chính họ

and thereby it also abolishes every other previous mode of appropriation

và do đó nó cũng bãi bỏ mọi phương thức chiếm đoạt khác trước đây

They have nothing of their own to secure and to fortify

Họ không có gì của riêng họ để bảo đảm và củng cố

their mission is to destroy all previous securities for, and insurances of, individual property

Nhiệm vụ của họ là phá hủy tất cả các chứng khoán trước đây và bảo hiểm tài sản cá nhân

All previous historical movements were movements of minorities

Tất cả các phong trào lịch sử trước đây là phong trào của các dân tộc thiểu số

or they were movements in the interests of minorities

hoặc chúng là những phong trào vì lợi ích của các nhóm thiểu số

The proletarian movement is the self-conscious, independent movement of the immense majority

Phong trào vô sản là phong trào tự giác, độc lập của đại đa số

and it is a movement in the interests of the immense majority

và đó là một phong trào vì lợi ích của đại đa số

The Proletariat, the lowest stratum of our present society

Giai cấp vô sản, tầng lớp thấp nhất của xã hội chúng ta hiện nay

it cannot stir or raise itself up without the whole superincumbent strata of official society being sprung into the air

Nó không thể khuấy động hoặc tự nâng mình lên mà không có toàn bộ tầng lớp giám đốc đương nhiệm của xã hội chính thức được tung lên không trung

Though not in substance, yet in form, the struggle of the Proletariat with the Bourgeoisie is at first a national struggle

Mặc dù không phải về bản chất, nhưng về hình thức, cuộc đấu tranh của giai cấp vô sản với giai cấp tư sản trước hết là cuộc đấu tranh dân tộc

The Proletariat of each country must, of course, first of all settle matters with its own Bourgeoisie

Giai cấp vô sản của mỗi nước, tất nhiên, trước hết phải giải quyết vấn đề với giai cấp tư sản của chính mình

In depicting the most general phases of the development of the Proletariat, we traced the more or less veiled civil war

Khi mô tả các giai đoạn chung nhất của sự phát triển của giai cấp vô sản, chúng tôi đã truy tìm cuộc nội chiến ít nhiều được che đậy

this civil is raging within existing society

Dân sự này đang hoành hành trong xã hội hiện tại

it will rage up to the point where that war breaks out into open revolution

Nó sẽ hoành hành đến mức chiến tranh nổ ra thành cuộc cách mạng mở

and then the violent overthrow of the Bourgeoisie lays the foundation for the sway of the Proletariat

và sau đó là sự lật đổ bạo lực của giai cấp tư sản đặt nền tảng cho sự thống trị của giai cấp vô sản

Hitherto, every form of society has been based, as we have already seen, on the antagonism of oppressing and oppressed classes

Cho đến nay, mọi hình thức xã hội đều dựa trên, như chúng ta đã thấy, dựa trên sự đối kháng của các giai cấp áp bức và áp bức

But in order to oppress a class, certain conditions must be assured to it

Nhưng để áp bức một giai cấp, một số điều kiện nhất định phải được đảm bảo cho nó

the class must be kept under conditions in which it can, at least, continue its slavish existence

Giai cấp phải được giữ trong những điều kiện mà ít nhất nó có thể tiếp tục sự tồn tại nô lệ của nó

The serf, in the period of serfdom, raised himself to membership in the commune

Nông nô, trong thời kỳ nông nô, đã tự nâng mình lên thành viên trong xã

just as the petty Bourgeoisie, under the yoke of feudal absolutism, managed to develop into a Bourgeoisie

giống như giai cấp tiểu tư sản, dưới ách thống trị của chế độ chuyên chế phong kiến, đã tìm cách phát triển thành giai cấp tư sản

The modern labourer, on the contrary, instead of rising with the progress of industry, sinks deeper and deeper

Ngược lại, người lao động hiện đại, thay vì vươn lên cùng với sự tiến bộ của công nghiệp, lại ngày càng lún sâu hơn

he sinks below the conditions of existence of his own class

Anh ta chìm xuống dưới các điều kiện tồn tại của giai cấp của chính mình

He becomes a pauper, and pauperism develops more rapidly than population and wealth

Anh ta trở thành một người nghèo khổ, và chủ nghĩa nghèo đói phát triển nhanh hơn dân số và sự giàu có

And here it becomes evident, that the Bourgeoisie is unfit any longer to be the ruling class in society

Và ở đây, rõ ràng là giai cấp tư sản không còn phù hợp để trở thành giai cấp thống trị trong xã hội

and it is unfit to impose its conditions of existence upon society as an over-riding law

Và thật không thích hợp để áp đặt các điều kiện tồn tại của nó lên xã hội như một quy luật quan trọng hơn

It is unfit to rule because it is incompetent to assure an existence to its slave within his slavery

Nó không thích hợp để cai trị bởi vì nó không đủ năng lực để đảm bảo sự tồn tại cho nô lệ của nó trong chế độ nô lệ của mình

because it cannot help letting him sink into such a state, that it has to feed him, instead of being fed by him

Bởi vì nó không thể không để anh ta chìm vào trạng thái như vậy, rằng nó phải nuôi anh ta, thay vì được anh ta cho ăn

Society can no longer live under this Bourgeoisie

Xã hội không còn có thể sống dưới giai cấp tư sản này

in other words, its existence is no longer compatible with society

Nói cách khác, sự tồn tại của nó không còn tương thích với xã hội

The essential condition for the existence, and for the sway of the Bourgeoisie class, is the formation and augmentation of capital

Điều kiện thiết yếu cho sự tồn tại, và cho sự thống trị của giai cấp tư sản, là sự hình thành và tăng cường tư bản

the condition for capital is wage-labour

Điều kiện để có vốn là tiền lương-lao động

Wage-labour rests exclusively on competition between the labourers

Tiền lương-lao động hoàn toàn dựa trên sự cạnh tranh giữa những người lao động

The advance of industry, whose involuntary promoter is the Bourgeoisie, replaces the isolation of the labourers

Sự tiến bộ của công nghiệp, mà người thúc đẩy không tự nguyện là giai cấp tư sản, thay thế sự cô lập của người lao động

due to competition, due to their revolutionary combination, due to association

do cạnh tranh, do sự kết hợp cách mạng của họ, do liên kết

The development of Modern Industry cuts from under its feet the very foundation on which the Bourgeoisie produces and appropriates products

Sự phát triển của Công nghiệp hiện đại cắt từ dưới chân nó chính nền tảng mà giai cấp tư sản sản xuất và chiếm đoạt sản phẩm

What the Bourgeoisie produces, above all, is its own grave-diggers

Những gì giai cấp tư sản sản xuất, trên hết, là những người
đào mộ của chính nó
**The fall of the Bourgeoisie and the victory of the Proletariat
are equally inevitable**
Sự sụp đổ của giai cấp tư sản và thắng lợi của giai cấp vô sản
là không thể tránh khỏi

Proletarians and Communists
Vô sản và Cộng sản

In what relation do the Communists stand to the proletarians as a whole?
Những người cộng sản có quan hệ gì với toàn thể những người vô sản?

The Communists do not form a separate party opposed to other working-class parties
Những người cộng sản không thành lập một đảng riêng biệt đối lập với các đảng của giai cấp công nhân khác

They have no interests separate and apart from those of the proletariat as a whole
Họ không có lợi ích riêng biệt và tách biệt với lợi ích của giai cấp vô sản nói chung

They do not set up any sectarian principles of their own, by which to shape and mould the proletarian movement
Họ không thiết lập bất kỳ nguyên tắc bè phái nào của riêng họ, qua đó định hình và uốn nắn phong trào vô sản

The Communists are distinguished from the other working-class parties by only two things
Những người cộng sản được phân biệt với các đảng khác của giai cấp công nhân chỉ bởi hai điều;

Firstly, they point out and bring to the front the common interests of the entire proletariat, independently of all nationality
Thứ nhất, họ chỉ ra và đưa ra mặt trận lợi ích chung của toàn bộ giai cấp vô sản, độc lập với mọi dân tộc

this they do in the national struggles of the proletarians of the different countries
Điều này họ làm trong các cuộc đấu tranh dân tộc của những người vô sản ở các quốc gia khác nhau

Secondly, they always and everywhere represent the interests of the movement as a whole
Thứ hai, họ luôn luôn và ở khắp mọi nơi đại diện cho lợi ích của toàn bộ phong trào

this they do in the various stages of development, which the struggle of the working class against the Bourgeoisie has to pass through

điều này họ làm trong các giai đoạn phát triển khác nhau, mà cuộc đấu tranh của giai cấp công nhân chống lại giai cấp tư sản phải trải qua

The Communists, therefore, are on the one hand, practically, the most advanced and resolute section of the working-class parties of every country

Do đó, trên thực tế, những người cộng sản là bộ phận tiên tiến và kiên quyết nhất trong các đảng của giai cấp công nhân của mọi quốc gia

they are that section of the working class which pushes forward all others

Họ là bộ phận của giai cấp công nhân thúc đẩy tất cả những người khác tiến lên

theoretically, they also have the advantage of clearly understanding the line of march

Về mặt lý thuyết, họ cũng có lợi thế là hiểu rõ dòng March

this they understand better compared the great mass of the proletariat

Điều này họ hiểu rõ hơn so với đại đa số của giai cấp vô sản

they understand the conditions, and the ultimate general results of the proletarian movement

Họ hiểu các điều kiện, và kết quả chung cuối cùng của phong trào vô sản

The immediate aim of the Communist is the same as that of all the other proletarian parties

Mục tiêu trước mắt của Cộng sản cũng giống như tất cả các đảng vô sản khác

their aim is the formation of the proletariat into a class

Mục đích của họ là hình thành giai cấp vô sản thành một giai cấp

they aim to overthrow the Bourgeoisie supremacy

họ nhằm lật đổ quyền lực tối cao của giai cấp tư sản

the strive for the conquest of political power by the proletariat

nỗ lực chinh phục quyền lực chính trị của giai cấp vô sản

The theoretical conclusions of the Communists are in no way based on ideas or principles of reformers

Các kết luận lý thuyết của những người cộng sản hoàn toàn không dựa trên ý tưởng hay nguyên tắc của các nhà cải cách

it wasn't would-be universal reformers that invented or discovered the theoretical conclusions of the Communists

đó không phải là những nhà cải cách phổ quát đã phát minh ra hoặc khám phá ra những kết luận lý thuyết của những người Cộng sản

They merely express, in general terms, actual relations springing from an existing class struggle

Nói chung, chúng chỉ đơn thuần thể hiện các mối quan hệ thực tế nảy sinh từ một cuộc đấu tranh giai cấp hiện có

and they describe the historical movement going on under our very eyes that have created this class struggle

Và họ mô tả phong trào lịch sử đang diễn ra dưới con mắt của chúng ta đã tạo ra cuộc đấu tranh giai cấp này

The abolition of existing property relations is not at all a distinctive feature of Communism

Việc bãi bỏ các quan hệ sở hữu hiện có hoàn toàn không phải là một đặc điểm riêng biệt của chủ nghĩa cộng sản

All property relations in the past have continually been subject to historical change

Tất cả các quan hệ tài sản trong quá khứ đã liên tục chịu sự thay đổi lịch sử

and these changes were consequent upon the change in historical conditions

Và những thay đổi này là kết quả của sự thay đổi trong điều kiện lịch sử

The French Revolution, for example, abolished feudal property in favour of Bourgeoisie property

Cách mạng Pháp, ví dụ, bãi bỏ tài sản phong kiến để ủng hộ tài sản tư sản

The distinguishing feature of Communism is not the abolition of property, generally

Đặc điểm nổi bật của chủ nghĩa cộng sản không phải là bãi bỏ tài sản, nói chung

but the distinguishing feature of Communism is the abolition of Bourgeoisie property

nhưng đặc điểm nổi bật của chủ nghĩa cộng sản là xóa bỏ tài sản tư sản

But modern Bourgeoisie private property is the final and most complete expression of the system of producing and appropriating products

Nhưng sở hữu tư nhân tư sản hiện đại là biểu hiện cuối cùng và đầy đủ nhất của hệ thống sản xuất và chiếm đoạt sản phẩm

it is the final state of a system that is based on class antagonisms, where class antagonism is the exploitation of the many by the few

Đó là trạng thái cuối cùng của một hệ thống dựa trên sự đối kháng giai cấp, trong đó sự đối kháng giai cấp là sự bóc lột của nhiều người bởi một số ít

In this sense, the theory of the Communists may be summed up in the single sentence; the Abolition of private property

Theo nghĩa này, lý thuyết về những người cộng sản có thể được tóm tắt trong một câu duy nhất; Xóa bỏ sở hữu tư nhân

We Communists have been reproached with the desire of abolishing the right of personally acquiring property

Những người cộng sản chúng tôi đã bị khiển trách với mong muốn bãi bỏ quyền sở hữu tài sản cá nhân

it is claimed that this property is the fruit of a man's own labour

Người ta cho rằng tài sản này là thành quả lao động của chính một người đàn ông

and this property is alleged to be the groundwork of all personal freedom, activity and independence.

Và tài sản này được cho là nền tảng của tất cả các quyền tự do, hoạt động và độc lập cá nhân.

"Hard-won, self-acquired, self-earned property!"

"Khó thắng, tự mua, tự kiếm tài sản!"

Do you mean the property of the petty artisan and of the small peasant?

Ý bạn là tài sản của nghệ nhân nhỏ và của người nông dân nhỏ?

Do you mean a form of property that preceded the Bourgeoisie form?

Ý bạn là một hình thức sở hữu đi trước hình thức tư sản?

There is no need to abolish that, the development of industry has to a great extent already destroyed it

Không cần phải bãi bỏ điều đó, sự phát triển của công nghiệp đã phá hủy nó ở một mức độ lớn

and development of industry is still destroying it daily

Và sự phát triển của ngành công nghiệp vẫn đang phá hủy nó hàng ngày

Or do you mean modern Bourgeoisie private property?

Hay ý bạn là tài sản tư nhân tư sản hiện đại?

But does wage-labour create any property for the labourer?

Nhưng lao động làm công ăn lương có tạo ra tài sản nào cho người lao động không?

no, wage labour creates not one bit of this kind of property!

Không, lao động tiền lương không tạo ra một chút tài sản này!

what wage labour does create is capital; that kind of property which exploits wage-labour

những gì lao động làm công ăn lương tạo ra là vốn; loại tài sản bóc lột lao động tiền lương đó

capital cannot increase except upon condition of begetting a new supply of wage-labour for fresh exploitation

Tư bản không thể tăng trừ khi có điều kiện tạo ra một nguồn cung lao động tiền lương mới để khai thác mới

Property, in its present form, is based on the antagonism of capital and wage-labour

Tài sản, trong hình thức hiện tại của nó, dựa trên sự đối kháng của tư bản và tiền lương-lao động

Let us examine both sides of this antagonism

Chúng ta hãy xem xét cả hai mặt của sự đối kháng này

To be a capitalist is to have not only a purely personal status
Trở thành một nhà tư bản không chỉ là có một địa vị cá nhân thuần túy
instead, to be a capitalist is also to have a social status in production
Thay vào đó, trở thành một nhà tư bản cũng là phải có địa vị xã hội trong sản xuất
because capital is a collective product; only by the united action of many members can it be set in motion
vì vốn là sản phẩm tập thể; Chỉ bằng hành động thống nhất của nhiều thành viên, nó mới có thể được khởi động
but this united action is a last resort, and actually requires all members of society
Nhưng hành động thống nhất này là phương sách cuối cùng, và thực sự đòi hỏi tất cả các thành viên trong xã hội
Capital does get converted into the property of all members of society
Vốn được chuyển đổi thành tài sản của tất cả các thành viên trong xã hội
but Capital is, therefore, not a personal power; it is a social power
nhưng Tư bản, do đó, không phải là một quyền lực cá nhân; Đó là một sức mạnh xã hội
so when capital is converted into social property, personal property is not thereby transformed into social property
Vì vậy, khi tư bản được chuyển đổi thành tài sản xã hội, tài sản cá nhân không được chuyển thành tài sản xã hội
It is only the social character of the property that is changed, and loses its class-character
Nó chỉ là đặc tính xã hội của tài sản bị thay đổi, và mất đi tính chất giai cấp của nó
Let us now look at wage-labour
Bây giờ chúng ta hãy nhìn vào tiền lương-lao động
The average price of wage-labour is the minimum wage, i.e., that quantum of the means of subsistence

Giá trung bình của tiền lương-lao động là mức lương tối thiểu, tức là lượng tử của các phương tiện sinh hoạt

this wage is absolutely requisite in bare existence as a labourer

Mức lương này là hoàn toàn cần thiết trong sự tồn tại trần trụi của một người lao động

What, therefore, the wage-labourer appropriates by means of his labour, merely suffices to prolong and reproduce a bare existence

Do đó, những gì người lao động làm công ăn lương chiếm đoạt bằng lao động của mình, chỉ đủ để kéo dài và tái tạo một sự tồn tại trần trụi

We by no means intend to abolish this personal appropriation of the products of labour

Chúng tôi không có ý định xóa bỏ sự chiếm đoạt cá nhân này đối với các sản phẩm lao động

an appropriation that is made for the maintenance and reproduction of human life

một sự chiếm đoạt được thực hiện để duy trì và sinh sản sự sống của con người

such personal appropriation of the products of labour leave no surplus wherewith to command the labour of others

Việc chiếm đoạt cá nhân các sản phẩm lao động như vậy không để lại thặng dư để chỉ huy lao động của người khác

All that we want to do away with, is the miserable character of this appropriation

Tất cả những gì chúng ta muốn loại bỏ, là tính chất khốn khổ của sự chiếm đoạt này

the appropriation under which the labourer lives merely to increase capital

sự chiếm đoạt mà theo đó người lao động sống chỉ để tăng vốn

he is allowed to live only in so far as the interest of the ruling class requires it

Anh ta chỉ được phép sống trong chừng mực lợi ích của giai cấp thống trị đòi hỏi

In Bourgeoisie society, living labour is but a means to increase accumulated labour

Trong xã hội tư sản, lao động sống chỉ là phương tiện để tăng sức lao động tích lũy

In Communist society, accumulated labour is but a means to widen, to enrich, to promote the existence of the labourer

Trong xã hội cộng sản, lao động tích lũy chỉ là một phương tiện để mở rộng, làm giàu, thúc đẩy sự tồn tại của người lao động

In Bourgeoisie society, therefore, the past dominates the present

Do đó, trong xã hội tư sản, quá khứ thống trị hiện tại

in Communist society the present dominates the past

trong xã hội cộng sản, hiện tại thống trị quá khứ

In Bourgeoisie society capital is independent and has individuality

Trong xã hội tư sản, tư bản là độc lập và có tính cá nhân

In Bourgeoisie society the living person is dependent and has no individuality

Trong xã hội tư sản, người sống phụ thuộc và không có cá tính

And the abolition of this state of things is called by the Bourgeoisie, abolition of individuality and freedom!

Và việc bãi bỏ tình trạng này được giai cấp tư sản gọi là, xóa bỏ tính cá nhân và tự do!

And it is rightly called the abolition of individuality and freedom!

Và nó được gọi đúng là bãi bỏ tính cá nhân và tự do!

Communism aims for the abolition of Bourgeoisie individuality

Chủ nghĩa cộng sản nhằm xóa bỏ tính cá nhân tư sản

Communism intends for the abolition of Bourgeoisie independence

Chủ nghĩa cộng sản có ý định xóa bỏ nền độc lập của giai cấp tư sản

Bourgeoisie freedom is undoubtedly what communism is aiming at

Tự do tư sản chắc chắn là điều mà chủ nghĩa cộng sản đang hướng tới

under the present Bourgeoisie conditions of production, freedom means free trade, free selling and buying

trong điều kiện sản xuất của giai cấp tư sản hiện nay, tự do có nghĩa là tự do thương mại, tự do mua bán

But if selling and buying disappears, free selling and buying also disappears

Nhưng nếu bán và mua biến mất, bán và mua tự do cũng biến mất

"brave words" by the Bourgeoisie about free selling and buying only have meaning in a limited sense

"Những lời dũng cảm" của giai cấp tư sản về mua bán tự do chỉ có ý nghĩa hạn chế

these words have meaning only in contrast with restricted selling and buying

Những từ này chỉ có ý nghĩa trái ngược với việc bán và mua bị hạn chế

and these words have meaning only when applied to the fettered traders of the Middle Ages

và những từ này chỉ có ý nghĩa khi áp dụng cho các thương nhân bị trói buộc của thời Trung cổ

and that assumes these words even have meaning in a Bourgeoisie sense

và điều đó giả định những từ này thậm chí có ý nghĩa theo nghĩa tư sản

but these words have no meaning when they're being used to oppose the Communistic abolition of buying and selling

nhưng những từ này không có ý nghĩa khi chúng được sử dụng để phản đối việc Cộng sản bãi bỏ mua và bán

the words have no meaning when they're being used to oppose the Bourgeoisie conditions of production being abolished

những từ ngữ không có ý nghĩa khi chúng được sử dụng để chống lại các điều kiện sản xuất của giai cấp tư sản bị xóa bỏ

and they have no meaning when they're being used to
oppose the Bourgeoisie itself being abolished

và chúng không có ý nghĩa gì khi chúng được sử dụng để
chống lại chính giai cấp tư sản bị xóa bỏ

You are horrified at our intending to do away with private
property

Bạn kinh hoàng trước ý định của chúng tôi để loại bỏ tài sản
tư nhân

But in your existing society, private property is already done
away with for nine-tenths of the population

Nhưng trong xã hội hiện tại của bạn, tài sản tư nhân đã bị xóa
bỏ cho chín phần mười dân số

the existence of private property for the few is solely due to
its non-existence in the hands of nine-tenths of the
population

Sự tồn tại của tài sản tư nhân đối với một số ít chỉ là do nó
không tồn tại trong tay chín phần mười dân số

You reproach us, therefore, with intending to do away with a
form of property

Do đó, bạn trách móc chúng tôi với ý định loại bỏ một hình
thức tài sản

but private property necessitates the non-existence of any
property for the immense majority of society

Nhưng sở hữu tư nhân đòi hỏi sự không tồn tại của bất kỳ tài
sản nào đối với đại đa số xã hội

In one word, you reproach us with intending to do away
with your property

Nói một cách dễ hiểu, bạn trách móc chúng tôi với ý định lấy
đi tài sản của bạn

And it is precisely so; doing away with your Property is just
what we intend

Và nó chính xác là như vậy; loại bỏ Tài sản của bạn chỉ là
những gì chúng tôi dự định

From the moment when labour can no longer be converted
into capital, money, or rent

Từ thời điểm lao động không còn có thể được chuyển đổi thành vốn, tiền hoặc tiền thuê

when labour can no longer be converted into a social power capable of being monopolised

khi lao động không còn có thể được chuyển đổi thành một quyền lực xã hội có khả năng độc quyền

from the moment when individual property can no longer be transformed into Bourgeoisie property

từ thời điểm tài sản cá nhân không còn có thể chuyển hóa thành tài sản tư sản

from the moment when individual property can no longer be transformed into capital

từ thời điểm tài sản cá nhân không còn có thể chuyển thành vốn

from that moment, you say individuality vanishes

Từ lúc đó, bạn nói rằng tính cá nhân biến mất

You must, therefore, confess that by "individual" you mean no other person than the Bourgeoisie

Do đó, bạn phải thú nhận rằng "cá nhân" không có nghĩa là người nào khác ngoài giai cấp tư sản

you must confess it specifically refers to the middle-class owner of property

Bạn phải thú nhận rằng nó đặc biệt đề cập đến chủ sở hữu tài sản trung lưu

This person must, indeed, be swept out of the way, and made impossible

Người này, quả nhiên phải bị quét sạch, làm cho không thể

Communism deprives no man of the power to appropriate the products of society

Chủ nghĩa cộng sản không tước đoạt quyền lực của bất kỳ ai để chiếm đoạt các sản phẩm của xã hội

all that Communism does is to deprive him of the power to subjugate the labour of others by means of such appropriation

tất cả những gì chủ nghĩa cộng sản làm là tước đoạt quyền lực của anh ta để khuất phục lao động của người khác bằng cách chiếm đoạt như vậy

It has been objected that upon the abolition of private property all work will cease

Người ta đã phản đối rằng khi bãi bỏ tài sản tư nhân, tất cả các công việc sẽ chấm dứt

and it is then suggested that universal laziness will overtake us

Và sau đó người ta cho rằng sự lười biếng phổ quát sẽ vượt qua chúng ta

According to this, Bourgeoisie society ought long ago to have gone to the dogs through sheer idleness

Theo đó, xã hội tư sản từ lâu đã phải đến với những thông qua sự nhàn rỗi tuyệt đối

because those of its members who work, acquire nothing

Bởi vì những thành viên của nó làm việc, không thu được gì

and those of its members who acquire anything, do not work

và những thành viên của nó có được bất cứ điều gì, không hoạt động

The whole of this objection is but another expression of the tautology

Toàn bộ sự phản đối này chỉ là một biểu hiện khác của tautology

there can no longer be any wage-labour when there is no longer any capital

không còn lao động làm công ăn lương khi không còn vốn

there is no difference between material products and mental products

Không có sự khác biệt giữa sản phẩm vật chất và sản phẩm tinh thần

communism proposes both of these are produced in the same way

Chủ nghĩa cộng sản đề xuất cả hai đều được sản xuất theo cùng một cách

but the objections against the Communistic modes of producing these are the same

nhưng những phản đối chống lại các phương thức sản xuất này của Cộng sản là như nhau

to the Bourgeoisie the disappearance of class property is the disappearance of production itself

đối với giai cấp tư sản, sự biến mất của tài sản giai cấp là sự biến mất của chính sản xuất

so the disappearance of class culture is to him identical with the disappearance of all culture

Vì vậy, sự biến mất của văn hóa giai cấp đối với anh ta giống hệt với sự biến mất của tất cả các nền văn hóa

That culture, the loss of which he laments, is for the enormous majority a mere training to act as a machine

Nền văn hóa đó, sự mất mát mà ông than thở, đối với đại đa số chỉ là một sự đào tạo đơn thuần để hoạt động như một cỗ máy

Communists very much intend to abolish the culture of Bourgeoisie property

Những người cộng sản rất có ý định xóa bỏ văn hóa sở hữu tư sản

But don't wrangle with us so long as you apply the standard of your Bourgeoisie notions of freedom, culture, law, etc

Nhưng đừng tranh cãi với chúng tôi miễn là bạn áp dụng tiêu chuẩn của các quan niệm tư sản của bạn về tự do, văn hóa, pháp luật, v.v

Your very ideas are but the outgrowth of the conditions of your Bourgeoisie production and Bourgeoisie property

Chính tư tưởng của các bạn chỉ là kết quả của các điều kiện sản xuất tư sản và tài sản tư sản của các bạn

just as your jurisprudence is but the will of your class made into a law for all

Cũng giống như luật học của bạn là nhưng ý chí của giai cấp bạn được tạo thành luật cho tất cả mọi người

the essential character and direction of this will are determined by the economical conditions your social class create

Đặc tính và hướng đi thiết yếu của ý chí này được xác định bởi các điều kiện kinh tế mà tầng lớp xã hội của bạn tạo ra

The selfish misconception that induces you to transform social forms into eternal laws of nature and of reason

Quan niệm sai lầm ích kỷ khiến bạn biến đổi các hình thức xã hội thành quy luật vĩnh cửu của tự nhiên và lý trí

the social forms springing from your present mode of production and form of property

Các hình thức xã hội nảy sinh từ phương thức sản xuất và hình thức sở hữu hiện tại của bạn

historical relations that rise and disappear in the progress of production

quan hệ lịch sử tăng và biến mất trong quá trình sản xuất

this misconception you share with every ruling class that has preceded you

Quan niệm sai lầm này bạn chia sẻ với mọi giai cấp thống trị đã đi trước bạn

What you see clearly in the case of ancient property, what you admit in the case of feudal property

Những gì bạn thấy rõ trong trường hợp tài sản cổ, những gì bạn thừa nhận trong trường hợp sở hữu phong kiến

these things you are of course forbidden to admit in the case of your own Bourgeoisie form of property

những điều này tất nhiên bạn bị cấm thừa nhận trong trường hợp hình thức sở hữu tư sản của riêng bạn

Abolition of the family! Even the most radical flare up at this infamous proposal of the Communists

Bãi bỏ gia đình! Ngay cả những người cực đoan nhất cũng bùng lên trước đề xuất khét tiếng này của những người Cộng sản

On what foundation is the present family, the Bourgeoisie family, based?

Gia đình hiện nay, gia đình tư sản, dựa trên nền tảng nào?

the foundation of the present family is based on capital and private gain

Nền tảng của gia đình hiện tại dựa trên vốn và lợi ích tư nhân

In its completely developed form this family exists only among the Bourgeoisie

Ở dạng hoàn toàn phát triển, gia đình này chỉ tồn tại trong giai cấp tư sản

this state of things finds its complement in the practical absence of the family among the proletarians

Tình trạng này tìm thấy sự bổ sung của nó trong sự vắng mặt thực tế của gia đình giữa những người vô sản

this state of things can be found in public prostitution

Tình trạng này có thể được tìm thấy trong mại dâm công cộng

The Bourgeoisie family will vanish as a matter of course when its complement vanishes

Gia đình tư sản sẽ biến mất như một lẽ tất nhiên khi sự bổ sung của nó biến mất

and both of these will will vanish with the vanishing of capital

Và cả hai ý chí này sẽ biến mất cùng với sự biến mất của tư bản

Do you charge us with wanting to stop the exploitation of children by their parents?

Bạn có buộc tội chúng tôi muốn ngăn chặn sự bóc lột trẻ em của cha mẹ chúng không?

To this crime we plead guilty

Đối với tội ác này, chúng tôi nhận tội

But, you will say, we destroy the most hallowed of relations, when we replace home education by social education

Nhưng, bạn sẽ nói, chúng ta phá hủy những mối quan hệ thiêng liêng nhất, khi chúng ta thay thế giáo dục gia đình bằng giáo dục xã hội

is your education not also social? And is it not determined by the social conditions under which you educate?

Có phải giáo dục của bạn cũng không phải là xã hội? Và nó không được xác định bởi các điều kiện xã hội mà bạn giáo dục?

by the intervention, direct or indirect, of society, by means of schools, etc.

bằng sự can thiệp, trực tiếp hoặc gián tiếp, của xã hội, bằng phương tiện của trường học, v.v.

The Communists have not invented the intervention of society in education

Những người cộng sản đã không phát minh ra sự can thiệp của xã hội vào giáo dục

they do but seek to alter the character of that intervention

Họ làm nhưng tìm cách thay đổi tính chất của sự can thiệp đó

and they seek to rescue education from the influence of the ruling class

Và họ tìm cách giải cứu giáo dục khỏi ảnh hưởng của giai cấp thống trị

The Bourgeoisie talk of the hallowed co-relation of parent and child

Giai cấp tư sản nói về mối quan hệ đồng cảm thiêng liêng của cha mẹ và con cái

but this clap-trap about the family and education becomes all the more disgusting when we look at Modern Industry

nhưng cái bẫy vỗ tay về gia đình và giáo dục này càng trở nên kinh tởm hơn khi chúng ta nhìn vào ngành công nghiệp hiện đại

all family ties among the proletarians are torn asunder by modern industry

Tất cả các mối quan hệ gia đình giữa những người vô sản đều bị xé nát bởi ngành công nghiệp hiện đại

their children are transformed into simple articles of commerce and instruments of labour

Con cái của họ được biến đổi thành những vật phẩm thương mại và công cụ lao động đơn giản

But you Communists would create a community of women, screams the whole Bourgeoisie in chorus

Nhưng những người cộng sản các bạn sẽ tạo ra một cộng đồng phụ nữ, hét lên toàn bộ giai cấp tư sản trong điệp khúc

The Bourgeoisie sees in his wife a mere instrument of production

Giai cấp tư sản nhìn thấy ở vợ mình một công cụ sản xuất đơn thuần

He hears that the instruments of production are to be exploited by all

Anh ta nghe nói rằng các công cụ sản xuất sẽ được khai thác bởi tất cả mọi người

and, naturally, he can come to no other conclusion than that the lot of being common to all will likewise fall to women

Và, một cách tự nhiên, anh ta không thể đi đến kết luận nào khác ngoài việc rất nhiều điều phổ biến đối với tất cả mọi người cũng sẽ rơi vào phụ nữ

He has not even a suspicion that the real point is to do away with the status of women as mere instruments of production

Ông thậm chí không nghi ngờ rằng mục đích thực sự là loại bỏ địa vị của phụ nữ chỉ là công cụ sản xuất

For the rest, nothing is more ridiculous than the virtuous indignation of our Bourgeoisie at the community of women

Đối với phần còn lại, không có gì lố bịch hơn sự phẫn nộ đạo đức của giai cấp tư sản chúng ta đối với cộng đồng phụ nữ

they pretend it is to be openly and officially established by the Communists

họ giả vờ rằng nó được thành lập công khai và chính thức bởi những người Cộng sản

The Communists have no need to introduce community of women, it has existed almost from time immemorial

Những người cộng sản không cần phải giới thiệu cộng đồng phụ nữ, nó đã tồn tại gần như từ thời xa xưa

Our Bourgeoisie are not content with having the wives and daughters of their proletarians at their disposal

Giai cấp tư sản của chúng ta không bằng lòng với việc có vợ và con gái của những người vô sản theo ý của họ

they take the greatest pleasure in seducing each other's wives

Họ có niềm vui lớn nhất trong việc quyến rũ vợ của nhau

and that is not even to speak of common prostitutes

Và điều đó thậm chí không nói đến gái mại dâm thông thường

Bourgeoisie marriage is in reality a system of wives in common

Hôn nhân tư sản trên thực tế là một hệ thống chung của những người vợ

then there is one thing that the Communists might possibly be reproached with

thì có một điều mà những người Cộng sản có thể bị khiển trách

they desire to introduce an openly legalised community of women

Họ mong muốn giới thiệu một cộng đồng phụ nữ được hợp pháp hóa công khai

rather than a hypocritically concealed community of women

chứ không phải là một cộng đồng phụ nữ bị che giấu một cách đạo đức giả

the community of women springing from the system of production

Cộng đồng phụ nữ xuất phát từ hệ thống sản xuất

abolish the system of production, and you abolish the community of women

Bãi bỏ hệ thống sản xuất, và bạn xóa bỏ cộng đồng phụ nữ

both public prostitution is abolished, and private prostitution

cả mại dâm công cộng đều bị bãi bỏ, và mại dâm tư nhân

The Communists are further more reproached with desiring to abolish countries and nationality

Những người cộng sản còn bị khiển trách nhiều hơn với mong muốn xóa bỏ các quốc gia và quốc tịch

The working men have no country, so we cannot take from them what they have not got

Những người lao động không có đất nước, vì vậy chúng ta không thể lấy đi của họ những gì họ không có

the proletariat must first of all acquire political supremacy
Giai cấp vô sản trước hết phải giành được quyền lực chính trị tối cao

the proletariat must rise to be the leading class of the nation
giai cấp vô sản phải vươn lên làm giai cấp lãnh đạo dân tộc

the proletariat must constitute itself the nation
giai cấp vô sản phải tự tạo thành dân tộc

it is, so far, itself national, though not in the Bourgeoisie sense of the word
cho đến nay, bản thân nó là quốc gia, mặc dù không theo nghĩa tư sản của từ này

National differences and antagonisms between peoples are daily more and more vanishing
Sự khác biệt và đối kháng quốc gia giữa các dân tộc ngày càng biến mất

owing to the development of the Bourgeoisie, to freedom of commerce, to the world-market
do sự phát triển của giai cấp tư sản, tự do thương mại, thị trường thế giới

to uniformity in the mode of production and in the conditions of life corresponding thereto
đến sự đồng nhất trong phương thức sản xuất và trong các điều kiện của cuộc sống tương ứng với nó

The supremacy of the proletariat will cause them to vanish still faster
Quyền lực tối cao của giai cấp vô sản sẽ khiến họ biến mất nhanh hơn nữa

United action, of the leading civilised countries at least, is one of the first conditions for the emancipation of the proletariat
Hành động thống nhất, ít nhất là của các nước văn minh hàng đầu, là một trong những điều kiện đầu tiên để giải phóng giai cấp vô sản

In proportion as the exploitation of one individual by another is put an end to, the exploitation of one nation by another will also be put an end to

Theo tỷ lệ khi sự bóc lột của một cá nhân bởi một cá nhân khác được chấm dứt, sự bóc lột của một quốc gia bởi một quốc gia khác cũng sẽ được chấm dứt

In proportion as the antagonism between classes within the nation vanishes, the hostility of one nation to another will come to an end

Tỷ lệ thuận với sự đối kháng giữa các giai cấp trong quốc gia biến mất, sự thù địch của quốc gia này với quốc gia khác sẽ chấm dứt

The charges against Communism made from a religious, a philosophical, and, generally, from an ideological standpoint, are not deserving of serious examination

Các cáo buộc chống lại chủ nghĩa cộng sản được đưa ra từ một tôn giáo, một triết học, và, nói chung, từ quan điểm ý thức hệ, không đáng được xem xét nghiêm túc

Does it require deep intuition to comprehend that man's ideas, views and conceptions changes with every change in the conditions of his material existence?

Nó có đòi hỏi trực giác sâu sắc để hiểu rằng những ý tưởng, quan điểm và quan niệm của con người thay đổi với mọi thay đổi trong điều kiện tồn tại vật chất của anh ta không?

is it not obvious that man's consciousness changes when his social relations and his social life changes?

Chẳng phải rõ ràng là ý thức của con người thay đổi khi các mối quan hệ xã hội và đời sống xã hội của con người thay đổi?

What else does the history of ideas prove, than that intellectual production changes its character in proportion as material production is changed?

Lịch sử của các ý tưởng chứng minh điều gì khác hơn là sản xuất trí tuệ thay đổi tính chất của nó theo tỷ lệ khi sản xuất vật chất bị thay đổi?

The ruling ideas of each age have ever been the ideas of its ruling class

Những tư tưởng thống trị của mỗi thời đại đã từng là ý tưởng
của giai cấp thống trị của nó

**When people speak of ideas that revolutionise society, they
do but express one fact**

Khi mọi người nói về những ý tưởng cách mạng hóa xã hội,
họ chỉ thể hiện một thực tế

**within the old society, the elements of a new one have been
created**

Trong xã hội cũ, các yếu tố của một xã hội mới đã được tạo ra

**and that the dissolution of the old ideas keeps even pace
with the dissolution of the old conditions of existence**

và rằng sự tan rã của những ý tưởng cũ thậm chí còn theo kịp
với sự tan rã của các điều kiện tồn tại cũ

**When the ancient world was in its last throes, the ancient
religions were overcome by Christianity**

Khi thế giới cổ đại đang ở trong cơn thịnh nộ cuối cùng, các
tôn giáo cổ đại đã bị Cơ đốc giáo vượt qua

**When Christian ideas succumbed in the 18th century to
rationalist ideas, feudal society fought its death battle with
the then revolutionary Bourgeoisie**

Khi các ý tưởng Kitô giáo không chịu nổi những ý tưởng duy
lý vào thế kỷ 18, xã hội phong kiến đã chiến đấu trong trận
chiến sinh tử với giai cấp tư sản cách mạng lúc đó

**The ideas of religious liberty and freedom of conscience
merely gave expression to the sway of free competition
within the domain of knowledge**

Những ý tưởng về tự do tôn giáo và tự do lương tâm chỉ đơn
thuần thể hiện sự thống trị của sự cạnh tranh tự do trong lĩnh
vực tri thức

**"Undoubtedly," it will be said, "religious, moral,
philosophical and juridical ideas have been modified in the
course of historical development"**

"Chắc chắn," người ta sẽ nói, "các ý tưởng tôn giáo, đạo đức,
triết học và pháp lý đã được sửa đổi trong quá trình phát triển
lịch sử"

"But religion, morality philosophy, political science, and law, constantly survived this change"

"Nhưng tôn giáo, triết học đạo đức, khoa học chính trị và luật pháp, liên tục sống sót sau sự thay đổi này"

"There are also eternal truths, such as Freedom, Justice, etc"

"Cũng có những sự thật vĩnh cửu, chẳng hạn như Tự do, Công lý, v.v."

"these eternal truths are common to all states of society"

"Những lẽ thật vĩnh cửu này là chung cho tất cả các trạng thái của xã hội"

"But Communism abolishes eternal truths, it abolishes all religion, and all morality"

"Nhưng chủ nghĩa cộng sản xóa bỏ những chân lý vĩnh cửu, nó xóa bỏ tất cả tôn giáo, và tất cả đạo đức"

"it does this instead of constituting them on a new basis"

"Nó làm điều này thay vì cấu thành chúng trên một cơ sở mới"

"it therefore acts in contradiction to all past historical experience"

"Do đó, nó hoạt động mâu thuẫn với tất cả kinh nghiệm lịch sử trong quá khứ"

What does this accusation reduce itself to?

Lời buộc tội này tự giảm xuống thành gì?

The history of all past society has consisted in the development of class antagonisms

Lịch sử của tất cả các xã hội trong quá khứ đã bao gồm sự phát triển của sự đối kháng giai cấp

antagonisms that assumed different forms at different epochs

đối kháng giả định các hình thức khác nhau ở các thời đại khác nhau

But whatever form they may have taken, one fact is common to all past ages

Nhưng bất kể họ có thể đã thực hiện dưới hình thức nào, một thực tế là phổ biến cho tất cả các thời đại trong quá khứ

the exploitation of one part of society by the other

sự bóc lột của một bộ phận trong xã hội bởi bộ phận kia

No wonder, then, that the social consciousness of past ages moves within certain common forms, or general ideas

Do đó, không có gì ngạc nhiên khi ý thức xã hội của các thời đại trong quá khứ di chuyển trong các hình thức phổ biến nhất định, hoặc ý tưởng chung

(and that is despite all the multiplicity and variety it displays)

(và đó là bất chấp tất cả sự đa dạng và đa dạng mà nó hiển thị)

and these cannot completely vanish except with the total disappearance of class antagonisms

Và những điều này không thể biến mất hoàn toàn ngoại trừ sự biến mất hoàn toàn của sự đối kháng giai cấp

The Communist revolution is the most radical rupture with traditional property relations

Cuộc cách mạng cộng sản là sự rạn nứt triệt để nhất với quan hệ sở hữu truyền thống

no wonder that its development involves the most radical rupture with traditional ideas

Không có gì ngạc nhiên khi sự phát triển của nó liên quan đến sự phá vỡ triệt để nhất với các ý tưởng truyền thống

But let us have done with the Bourgeoisie objections to Communism

Nhưng chúng ta hãy làm với sự phản đối của giai cấp tư sản đối với chủ nghĩa cộng sản

We have seen above the first step in the revolution by the working class

Chúng ta đã thấy trên bước đầu tiên trong cuộc cách mạng của giai cấp công nhân

proletariat has to be raised to the position of ruling, to win the battle of democracy

Giai cấp vô sản phải được nâng lên vị trí cầm quyền, để giành chiến thắng trong cuộc chiến dân chủ

The proletariat will use its political supremacy to wrest, by degrees, all capital from the Bourgeoisie

Giai cấp vô sản sẽ sử dụng ưu thế chính trị của mình để giành giật, theo mức độ, tất cả tư bản từ giai cấp tư sản

it will centralise all instruments of production in the hands of the State

nó sẽ tập trung tất cả các công cụ sản xuất vào tay Nhà nước

in other words, the proletariat organised as the ruling class

Nói cách khác, giai cấp vô sản được tổ chức thành giai cấp thống trị

and it will increase the total of productive forces as rapidly as possible

và nó sẽ tăng tổng lực lượng sản xuất càng nhanh càng tốt

Of course, in the beginning, this cannot be effected except by means of despotic inroads on the rights of property

Tất nhiên, ngay từ đầu, điều này không thể được thực hiện ngoại trừ bằng các phương tiện xâm nhập chuyên chế vào quyền sở hữu

and it has to be achieved on the conditions of Bourgeoisie production

và nó phải đạt được trên điều kiện sản xuất tư sản

it is achieved by means of measures, therefore, which appear economically insufficient and untenable

Nó đạt được bằng các biện pháp, do đó, dường như không đủ kinh tế và không thể kiểm soát được

but these means, in the course of the movement, outstrip themselves

Nhưng những phương tiện này, trong quá trình của phong trào, vượt xa chính họ

they necessitate further inroads upon the old social order

Họ đòi hỏi phải xâm nhập sâu hơn vào trật tự xã hội cũ

and they are unavoidable as a means of entirely revolutionising the mode of production

Và chúng không thể tránh khỏi như một phương tiện cách mạng hóa hoàn toàn phương thức sản xuất

These measures will of course be different in different countries

Những biện pháp này tất nhiên sẽ khác nhau ở các quốc gia khác nhau

Nevertheless in the most advanced countries, the following
will be pretty generally applicable

Tuy nhiên, ở các nước tiên tiến nhất, những điều sau đây sẽ
được áp dụng khá phổ biến:

**1. Abolition of property in land and application of all rents
of land to public purposes.**

1. Bãi bỏ tài sản trên đất và áp dụng toàn bộ tiền thuê đất vào
mục đích công cộng.

2. A heavy progressive or graduated income tax.

2. Thuế thu nhập lũy tiến hoặc thuế lũy tiến cao.

3. Abolition of all right of inheritance.

3. Bãi bỏ mọi quyền thừa kế.

4. Confiscation of the property of all emigrants and rebels.

4. Tịch thu tài sản của tất cả những người di cư và phiến quân.

**5. Centralisation of credit in the hands of the State, by means
of a national bank with State capital and an exclusive
monopoly.**

5. Tập trung tín dụng trong tay Nhà nước, thông qua một
ngân hàng quốc gia có vốn nhà nước và độc quyền độc quyền.

**6. Centralisation of the means of communication and
transport in the hands of the State.**

6. Tập trung các phương tiện thông tin liên lạc và vận tải trong
tay Nhà nước.

**7. Extension of factories and instruments of production
owned by the State**

7. Mở rộng nhà xưởng, dụng cụ sản xuất thuộc sở hữu Nhà
nước

**the bringing into cultivation of waste-lands, and the
improvement of the soil generally in accordance with a
common plan.**

việc đưa vào canh tác đất thải, và cải tạo đất nói chung theo
một kế hoạch chung.

8. Equal liability of all to labour

8. Trách nhiệm bình đẳng của tất cả mọi người đối với lao
động

Establishment of industrial armies, especially for agriculture.

Thành lập quân đội công nghiệp, đặc biệt là cho nông nghiệp.

9. Combination of agriculture with manufacturing industries

9. Kết hợp nông nghiệp với công nghiệp sản xuất

gradual abolition of the distinction between town and country, by a more equable distribution of the population over the country.

dần dần xóa bỏ sự phân biệt giữa thị trấn và nông thôn, bằng cách phân phối dân số bình đẳng hơn trên cả nước.

10. Free education for all children in public schools.

10. Giáo dục miễn phí cho tất cả trẻ em trong các trường công lập.

Abolition of children's factory labour in its present form

Xóa bỏ lao động nhà máy trẻ em theo hình thức hiện tại

Combination of education with industrial production

Kết hợp giáo dục với sản xuất công nghiệp

When, in the course of development, class distinctions have disappeared

Khi, trong quá trình phát triển, sự phân biệt giai cấp đã biến mất

and when all production has been concentrated in the hands of a vast association of the whole nation

và khi mọi sản xuất đã được tập trung trong tay một hiệp hội rộng lớn của cả dân tộc

then the public power will lose its political character

thì quyền lực công cộng sẽ mất đi tính chất chính trị của nó

Political power, properly so called, is merely the organised power of one class for oppressing another

Quyền lực chính trị, được gọi đúng như vậy, chỉ đơn thuần là quyền lực có tổ chức của một giai cấp để đàn áp giai cấp khác

If the proletariat during its contest with the Bourgeoisie is compelled, by the force of circumstances, to organise itself as a class

Nếu giai cấp vô sản trong cuộc cạnh tranh với giai cấp tư sản, bằng sức mạnh của hoàn cảnh, buộc phải tự tổ chức thành một giai cấp

if, by means of a revolution, it makes itself the ruling class

Nếu, bằng một cuộc cách mạng, nó tự biến mình thành giai cấp thống trị

and, as such, it sweeps away by force the old conditions of production

và, như vậy, nó quét sạch bằng vũ lực các điều kiện sản xuất cũ

then it will, along with these conditions, have swept away the conditions for the existence of class antagonisms and of classes generally

Sau đó, cùng với những điều kiện này, nó sẽ quét sạch các điều kiện cho sự tồn tại của sự đối kháng giai cấp và của các giai cấp nói chung

and will thereby have abolished its own supremacy as a class.

và do đó sẽ xóa bỏ quyền tối cao của chính nó như một giai cấp.

In place of the old Bourgeoisie society, with its classes and class antagonisms, we shall have an association

Thay cho xã hội tư sản cũ, với các giai cấp và đối kháng giai cấp, chúng ta sẽ có một hiệp hội

an association in which the free development of each is the condition for the free development of all

Một hiệp hội trong đó sự phát triển tự do của mỗi người là điều kiện cho sự phát triển tự do của tất cả mọi người

1) Reactionary Socialism
1) Chủ nghĩa xã hội phản động

a) Feudal Socialism
a) Chủ nghĩa xã hội phong kiến

the aristocracies of France and England had a unique historical position

các tầng lớp quý tộc của Pháp và Anh có một vị trí lịch sử độc đáo

it became their vocation to write pamphlets against modern Bourgeoisie society

nó trở thành ơn gọi của họ để viết sách nhỏ chống lại xã hội tư sản hiện đại

In the French revolution of July 1830, and in the English reform agitation

Trong cuộc cách mạng Pháp tháng 7 năm 1830, và trong phong trào cải cách Anh

these aristocracies again succumbed to the hateful upstart

Những tầng lớp quý tộc này một lần nữa chịu thua trước những người mới nổi đáng ghét

Thenceforth, a serious political contest was altogether out of the question

Sau đó, một cuộc cạnh tranh chính trị nghiêm túc hoàn toàn nằm ngoài câu hỏi

All that remained possible was literary battle, not an actual battle

Tất cả những gì còn lại có thể là trận chiến văn học, không phải là một trận chiến thực sự

But even in the domain of literature the old cries of the restoration period had become impossible

Nhưng ngay cả trong lĩnh vực văn học, những tiếng kêu cũ của thời kỳ phục hồi đã trở nên không thể

In order to arouse sympathy, the aristocracy were obliged to lose sight, apparently, of their own interests

Để khơi dậy sự đồng cảm, tầng lớp quý tộc có nghĩa vụ phải đánh mất tầm nhìn, rõ ràng, về lợi ích của chính họ

and they were obliged to formulate their indictment against the Bourgeoisie in the interest of the exploited working class

và họ có nghĩa vụ xây dựng bản cáo trạng chống lại giai cấp tư sản vì lợi ích của giai cấp công nhân bị bóc lột

Thus the aristocracy took their revenge by singing lampoons on their new master

Do đó, tầng lớp quý tộc đã trả thù họ bằng cách hát đả kích chủ nhân mới của họ

and they took their revenge by whispering in his ears sinister prophecies of coming catastrophe

Và họ đã trả thù bằng cách thì thầm vào tai anh ta những lời tiên tri nham hiểm về thảm họa sắp xảy ra

In this way arose Feudal Socialism: half lamentation, half lampoon

Theo cách này đã nảy sinh Chủ nghĩa xã hội phong kiến: nửa than thở, nửa đả kích

it rung as half echo of the past, and projected half menace of the future

Nó rung lên như một nửa tiếng vang của quá khứ, và dự đoán một nửa mối đe dọa của tương lai

at times, by its bitter, witty and incisive criticism, it struck the Bourgeoisie to the very heart's core

đôi khi, bằng những lời phê phán cay đắng, dí dỏm và sắc bén, nó đã đánh vào tận đáy lòng giai cấp tư sản

but it was always ludicrous in its effect, through total incapacity to comprehend the march of modern history

Nhưng nó luôn luôn lố bịch trong hiệu quả của nó, thông qua việc hoàn toàn không có khả năng hiểu được cuộc diễu hành của lịch sử hiện đại

The aristocracy, in order to rally the people to them, waved the proletarian alms-bag in front for a banner

Giới quý tộc, để tập hợp nhân dân về với họ, đã vẫy túi bố thí vô sản trước mặt cho một biểu ngữ

But the people, so often as it joined them, saw on their hindquarters the old feudal coats of arms

Nhưng người dân, thường xuyên tham gia cùng họ, đã nhìn thấy trên phần sau của họ những huy hiệu phong kiến cũ

and they deserted with loud and irreverent laughter

Và họ đào ngũ với những tiếng cười lớn và bất kính

One section of the French Legitimists and "Young England" exhibited this spectacle

Một bộ phận của những người theo chủ nghĩa hợp pháp Pháp và "Nước Anh trẻ" đã trưng bày cảnh tượng này

the feudalists pointed out that their mode of exploitation was different to that of the Bourgeoisie

những người theo chủ nghĩa phong kiến chỉ ra rằng phương thức bóc lột của họ khác với phương thức bóc lột của giai cấp tư sản

the feudalists forget that they exploited under circumstances and conditions that were quite different

Những người theo chủ nghĩa phong kiến quên rằng họ đã khai thác trong những hoàn cảnh và điều kiện hoàn toàn khác nhau

and they didn't notice such methods of exploitation are now antiquated

Và họ đã không nhận thấy các phương pháp khai thác như vậy bây giờ đã lỗi thời

they showed that, under their rule, the modern proletariat never existed

Họ cho thấy rằng, dưới sự cai trị của họ, giai cấp vô sản hiện đại không bao giờ tồn tại

but they forget that the modern Bourgeoisie is the necessary offspring of their own form of society

nhưng họ quên rằng giai cấp tư sản hiện đại là con đẻ cần thiết của hình thức xã hội của chính họ

For the rest, they hardly conceal the reactionary character of their criticism

Đối với phần còn lại, họ hầu như không che giấu tính chất phản động của những lời chỉ trích của họ

their chief accusation against the Bourgeoisie amounts to the following

lời buộc tội chính của họ đối với giai cấp tư sản như sau:

under the Bourgeoisie regime a social class is being developed

dưới chế độ tư sản, một giai cấp xã hội đang được phát triển

this social class is destined to cut up root and branch the old order of society

Tầng lớp xã hội này được định sẵn để cắt gốc và phân nhánh trật tự cũ của xã hội

What they upbraid the Bourgeoisie with is not so much that it creates a proletariat

Những gì họ nâng đỡ giai cấp tư sản không đến nỗi nó tạo ra một giai cấp vô sản

what they upbraid the Bourgeoisie with is moreso that it creates a revolutionary proletariat

những gì họ nâng đỡ giai cấp tư sản hơn nữa là tạo ra giai cấp vô sản cách mạng

In political practice, therefore, they join in all coercive measures against the working class

Do đó, trong thực tiễn chính trị, họ tham gia vào tất cả các biện pháp cưỡng chế chống lại giai cấp công nhân

and in ordinary life, despite their highfalutin phrases, they stoop to pick up the golden apples dropped from the tree of industry

Và trong cuộc sống bình thường, bất chấp những cụm từ cao cấp của họ, họ cúi xuống để nhặt những quả táo vàng rơi từ cây công nghiệp

and they barter truth, love, and honour for commerce in wool, beetroot-sugar, and potato spirits

và họ trao đổi lẽ thật, tình yêu và danh dự để buôn bán len, đường củ cải đường và rượu mạnh khoai tây

As the parson has ever gone hand in hand with the landlord, so has Clerical Socialism with Feudal Socialism

Như chủ nghĩa xã hội giáo sĩ đã từng đi đôi với địa chủ, chủ nghĩa xã hội giáo sĩ với chủ nghĩa xã hội phong kiến cũng vậy

Nothing is easier than to give Christian asceticism a Socialist tinge

Không có gì dễ dàng hơn là cung cấp cho chủ nghĩa khổ hạnh Kitô giáo một màu xã hội chủ nghĩa

Has not Christianity declaimed against private property, against marriage, against the State?

Chẳng phải Kitô giáo đã tuyên bố chống lại sở hữu tư nhân, chống lại hôn nhân, chống lại Nhà nước sao?

Has Christianity not preached in the place of these, charity and poverty?

Chẳng phải Kitô giáo đã không rao giảng thay cho những điều này, bác ái và nghèo khó sao?

Does Christianity not preach celibacy and mortification of the flesh, monastic life and Mother Church?

Cơ Đốc giáo không rao giảng về đời sống độc thân và hãm mình xác thịt, đời sống tu viện và Mẹ Giáo Hội sao?

Christian Socialism is but the holy water with which the priest consecrates the heart-burnings of the aristocrat

Chủ nghĩa xã hội Kitô giáo chỉ là nước thánh mà linh mục thánh hiến những đốt cháy trái tim của giới quý tộc

b) Petty-Bourgeois Socialism
b) Chủ nghĩa xã hội tiểu tư sản

The feudal aristocracy was not the only class that was ruined by the Bourgeoisie
Giai cấp quý tộc phong kiến không phải là giai cấp duy nhất bị giai cấp tư sản hủy hoại
it was not the only class whose conditions of existence pined and perished in the atmosphere of modern Bourgeoisie society
nó không phải là giai cấp duy nhất có điều kiện tồn tại bị ghim chặt và diệt vong trong bầu không khí của xã hội tư sản hiện đại
The medieval burgesses and the small peasant proprietors were the precursors of the modern Bourgeoisie
Các burgesses thời trung cổ và các chủ sở hữu nông dân nhỏ là tiền thân của giai cấp tư sản hiện đại
In those countries which are but little developed, industrially and commercially, these two classes still vegetate side by side
Ở những quốc gia ít phát triển, về công nghiệp và thương mại, hai giai cấp này vẫn thực vật cạnh nhau
and in the meantime the Bourgeoisie rise up next to them: industrially, commercially, and politically
và trong khi đó, giai cấp tư sản nổi lên bên cạnh họ: về công nghiệp, thương mại và chính trị
In countries where modern civilisation has become fully developed, a new class of petty Bourgeoisie has been formed
Ở những nước mà nền văn minh hiện đại đã phát triển đầy đủ, một giai cấp tiểu tư sản mới đã được hình thành
this new social class fluctuates between proletariat and Bourgeoisie
giai cấp xã hội mới này dao động giữa giai cấp vô sản và tư sản
and it is ever renewing itself as a supplementary part of Bourgeoisie society

và nó luôn tự đổi mới như một bộ phận bổ sung của xã hội tư sản

The individual members of this class, however, are being constantly hurled down into the proletariat

Tuy nhiên, các thành viên cá nhân của giai cấp này liên tục bị ném xuống giai cấp vô sản

they are sucked up by the proletariat through the action of competition

Họ bị giai cấp vô sản hút lên thông qua hành động cạnh tranh

as modern industry develops they even see the moment approaching when they will completely disappear as an independent section of modern society

Khi ngành công nghiệp hiện đại phát triển, họ thậm chí còn nhìn thấy thời điểm đang đến gần khi họ sẽ hoàn toàn biến mất như một bộ phận độc lập của xã hội hiện đại

they will be replaced, in manufactures, agriculture and commerce, by overlookers, bailiffs and shopmen

Chúng sẽ được thay thế, trong các nhà sản xuất, nông nghiệp và thương mại, bởi những người giám sát, thừa phát lại và người bán hàng

In countries like France, where the peasants constitute far more than half of the population

Ở các nước như Pháp, nơi nông dân chiếm hơn một nửa dân số

it was natural that there there are writers who sided with the proletariat against the Bourgeoisie

điều tự nhiên là có những nhà văn đứng về phía giai cấp vô sản chống lại giai cấp tư sản

in their criticism of the Bourgeoisie regime they used the standard of the peasant and petty Bourgeoisie

trong việc phê phán chế độ tư sản, họ đã sử dụng tiêu chuẩn của giai cấp tư sản nông dân và tiểu tư sản

and from the standpoint of these intermediate classes they take up the cudgels for the working class

Và từ quan điểm của các giai cấp trung gian này, họ đảm nhận những cú hích cho giai cấp công nhân

Thus arose petty-Bourgeoisie Socialism, of which Sismondi was the head of this school, not only in France but also in England

Do đó, nảy sinh Chủ nghĩa xã hội tư sản nhỏ, trong đó Sismondi là người đứng đầu trường này, không chỉ ở Pháp mà còn ở Anh

This school of Socialism dissected with great acuteness the contradictions in the conditions of modern production

Trường phái chủ nghĩa xã hội này đã mổ xẻ rất nhạy bén những mâu thuẫn trong điều kiện sản xuất hiện đại

This school laid bare the hypocritical apologies of economists

Trường phái này đã vạch trần những lời xin lỗi đạo đức giả của các nhà kinh tế

This school proved, incontrovertibly, the disastrous effects of machinery and division of labour

Ngôi trường này đã chứng minh, không thể chối cãi, những tác động tai hại của máy móc và phân công lao động

it proved the concentration of capital and land in a few hands

Nó đã chứng minh sự tập trung vốn và đất đai trong một vài bàn tay

it proved how overproduction leads to Bourgeoisie crises

nó đã chứng minh sản xuất dư thừa dẫn đến khủng hoảng tư sản như thế nào

it pointed out the inevitable ruin of the petty Bourgeoisie and peasant

nó chỉ ra sự hủy hoại không thể tránh khỏi của giai cấp tư sản và nông dân nhỏ

the misery of the proletariat, the anarchy in production, the crying inequalities in the distribution of wealth

sự khốn khổ của giai cấp vô sản, tình trạng vô chính phủ trong sản xuất, sự bất bình đẳng khóc lóc trong phân phối của cải

it showed how the system of production leads the industrial war of extermination between nations

Nó cho thấy hệ thống sản xuất dẫn đầu cuộc chiến tranh hủy diệt công nghiệp giữa các quốc gia như thế nào

the dissolution of old moral bonds, of the old family relations, of the old nationalities

sự tan rã của các mối ràng buộc đạo đức cũ, của các mối quan hệ gia đình cũ, của các dân tộc cũ

In its positive aims, however, this form of Socialism aspires to achieve one of two things

Tuy nhiên, trong những mục tiêu tích cực của nó, hình thức chủ nghĩa xã hội này mong muốn đạt được một trong hai điều

either it aims to restore the old means of production and of exchange

hoặc nó nhằm mục đích khôi phục các phương tiện sản xuất và trao đổi cũ

and with the old means of production it would restore the old property relations, and the old society

và với tư liệu sản xuất cũ, nó sẽ khôi phục lại quan hệ sở hữu cũ và xã hội cũ

or it aims to cramp the modern means of production and exchange into the old framework of the property relations

hoặc nó nhằm mục đích nhồi nhét các phương tiện sản xuất và trao đổi hiện đại vào khuôn khổ cũ của quan hệ sở hữu

In either case, it is both reactionary and Utopian

Trong cả hai trường hợp, nó vừa phản động vừa không tưởng

Its last words are: corporate guilds for manufacture, patriarchal relations in agriculture

Những lời cuối cùng của nó là: bang hội công ty sản xuất, quan hệ gia trưởng trong nông nghiệp

Ultimately, when stubborn historical facts had dispersed all intoxicating effects of self-deception

Cuối cùng, khi các sự kiện lịch sử cứng đầu đã phân tán tất cả các tác động say sưa của sự tự lừa dối

this form of Socialism ended in a miserable fit of pity

hình thức chủ nghĩa xã hội này đã kết thúc trong một sự thương hại khốn khổ

c) German, or "True," Socialism
c) Chủ nghĩa xã hội Đức, hoặc "Đúng",

The Socialist and Communist literature of France originated under the pressure of a Bourgeoisie in power
Văn học xã hội chủ nghĩa và cộng sản Pháp bắt nguồn dưới áp lực của giai cấp tư sản nắm quyền
and this literature was the expression of the struggle against this power
Và văn học này là biểu hiện của cuộc đấu tranh chống lại quyền lực này
it was introduced into Germany at a time when the Bourgeoisie had just begun its contest with feudal absolutism
nó được du nhập vào Đức vào thời điểm giai cấp tư sản mới bắt đầu cuộc cạnh tranh với chế độ tuyệt đối phong kiến
German philosophers, would-be philosophers, and beaux esprits, eagerly seized on this literature
Các triết gia Đức, những triết gia tương lai, và những người theo chủ nghĩa esprits, háo hức nắm bắt tài liệu này
but they forgot that the writings immigrated from France into Germany without bringing the French social conditions along
nhưng họ quên rằng các tác phẩm di cư từ Pháp vào Đức mà không mang theo các điều kiện xã hội Pháp
In contact with German social conditions, this French literature lost all its immediate practical significance
Tiếp xúc với điều kiện xã hội Đức, văn học Pháp này đã mất tất cả ý nghĩa thực tiễn ngay lập tức
and the Communist literature of France assumed a purely literary aspect in German academic circles
và văn học Cộng sản Pháp giả định một khía cạnh văn học thuần túy trong giới học thuật Đức
Thus, the demands of the first French Revolution were nothing more than the demands of "Practical Reason"

Do đó, những đòi hỏi của Cách mạng Pháp lần thứ nhất
không gì khác hơn là những đòi hỏi của "Lý do thực tiễn"
and the utterance of the will of the revolutionary French
Bourgeoisie signified in their eyes the law of pure Will
và lời thốt ra ý chí của giai cấp tư sản cách mạng Pháp biểu thị
trong mắt họ quy luật ý chí trong sáng
it signified Will as it was bound to be; of true human Will
generally
nó biểu thị Ý chí như nó bị ràng buộc; của ý chí con người
thực sự nói chung
The world of the German literati consisted solely in
bringing the new French ideas into harmony with their
ancient philosophical conscience
Thế giới của giới văn học Đức chỉ bao gồm việc đưa những ý
tưởng mới của Pháp vào sự hài hòa với lương tâm triết học cổ
xưa của họ
or rather, they annexed the French ideas without deserting
their own philosophic point of view
hay đúng hơn, họ thôn tính các tư tưởng của Pháp mà không
từ bỏ quan điểm triết học của riêng họ
This annexation took place in the same way in which a
foreign language is appropriated, namely, by translation
Sự sáp nhập này diễn ra giống như cách mà một ngôn ngữ
nước ngoài bị chiếm đoạt, cụ thể là bằng cách dịch
It is well known how the monks wrote silly lives of Catholic
Saints over manuscripts
Ai cũng biết các tu sĩ đã viết những cuộc đời ngớ ngẩn của các
Thánh Công giáo như thế nào trên các bản thảo
the manuscripts on which the classical works of ancient
heathendom had been written
Các bản thảo mà trên đó các tác phẩm cổ điển của
Heathendom cổ đại đã được viết
The German literati reversed this process with the profane
French literature
Giới văn học Đức đã đảo ngược quá trình này bằng văn học
Pháp tục tĩu

They wrote their philosophical nonsense beneath the French original

Họ đã viết những điều vô nghĩa triết học của họ bên dưới bản gốc tiếng Pháp

For instance, beneath the French criticism of the economic functions of money, they wrote "Alienation of Humanity"

Chẳng hạn, bên dưới những lời chỉ trích của Pháp về các chức năng kinh tế của tiền, họ đã viết "Sự tha hóa của nhân loại"

beneath the French criticism of the Bourgeoisie State they wrote "dethronement of the Category of the General"

dưới sự chỉ trích của Pháp đối với Nhà nước Tư sản, họ đã viết "truất ngôi Thể loại tướng"

The introduction of these philosophical phrases at the back of the French historical criticisms they dubbed:

Sự ra đời của những cụm từ triết học này ở phía sau những lời phê bình lịch sử Pháp mà họ đặt tên:

"Philosophy of Action," "True Socialism," "German Science of Socialism," "Philosophical Foundation of Socialism," and so on

"Triết học hành động", "Chủ nghĩa xã hội đích thực", "Khoa học chủ nghĩa xã hội Đức", "Nền tảng triết học của chủ nghĩa xã hội", v.v

The French Socialist and Communist literature was thus completely emasculated

Văn học xã hội chủ nghĩa và cộng sản Pháp vì thế hoàn toàn bị suy yếu

in the hands of the German philosophers it ceased to express the struggle of one class with the other

trong tay các nhà triết học Đức, nó không còn thể hiện cuộc đấu tranh của giai cấp này với giai cấp khác

and so the German philosophers felt conscious of having overcome "French one-sidedness"

và vì vậy các nhà triết học Đức cảm thấy ý thức được đã vượt qua "tính một chiều của Pháp"

it did not have to represent true requirements, rather, it represented requirements of truth

Nó không phải đại diện cho những đòi hỏi thực sự, thay vào đó, nó đại diện cho những đòi hỏi của sự thật

there was no interest in the proletariat, rather, there was interest in Human Nature

không có hứng thú với giai cấp vô sản, thay vào đó, có sự quan tâm đến Bản chất con người

the interest was in Man in general, who belongs to no class, and has no reality

mối quan tâm là Con người nói chung, người không thuộc về giai cấp và không có thực tế

a man who exists only in the misty realm of philosophical fantasy

Một người đàn ông chỉ tồn tại trong cõi sương mù của tưởng tượng triết học

but eventually this schoolboy German Socialism also lost its pedantic innocence

nhưng cuối cùng cậu học sinh Chủ nghĩa xã hội Đức này cũng mất đi sự ngây thơ mô phạm

the German Bourgeoisie, and especially the Prussian Bourgeoisie fought against feudal aristocracy

giai cấp tư sản Đức, và đặc biệt là giai cấp tư sản Phổ đã chiến đấu chống lại chế độ quý tộc phong kiến

the absolute monarchy of Germany and Prussia was also being faught against

chế độ quân chủ tuyệt đối của Đức và Phổ cũng đang bị chống lại

and in turn, the literature of the liberal movement also became more earnest

Và đến lượt mình, văn học của phong trào tự do cũng trở nên nghiêm túc hơn

Germany's long wished-for opportunity for "true" Socialism was offered

Cơ hội mong muốn từ lâu của Đức cho chủ nghĩa xã hội "thực sự" đã được cung cấp

the opportunity of confronting the political movement with the Socialist demands

cơ hội đối đầu với phong trào chính trị với các yêu cầu xã hội
chủ nghĩa;

**the opportunity of hurling the traditional anathemas against
liberalism**

Cơ hội ném những lời nguyền rủa truyền thống chống lại chủ
nghĩa tự do

**the opportunity to attack representative government and
Bourgeoisie competition**

cơ hội tấn công chính phủ đại diện và cạnh tranh tư sản

**Bourgeoisie freedom of the press, Bourgeoisie legislation,
Bourgeoisie liberty and equality**

Tư sản tự do báo chí, pháp luật tư sản, tự do và bình đẳng tư
sản

**all of these could now be critiqued in the real world, rather
than in fantasy**

Tất cả những điều này bây giờ có thể được phê bình trong thế
giới thực, thay vì trong tưởng tượng

**feudal aristocracy and absolute monarchy had long preached
to the masses**

Chế độ quý tộc phong kiến và chế độ quân chủ tuyệt đối từ
lâu đã rao giảng cho quần chúng

**"the working man has nothing to lose, and he has everything
to gain"**

"Người lao động không có gì để mất, và anh ta có mọi thứ để
đạt được"

**the Bourgeoisie movement also offered a chance to confront
these platitudes**

phong trào tư sản cũng tạo cơ hội để đối đầu với những lời
nhàm chán này

**the French criticism presupposed the existence of modern
Bourgeoisie society**

sự chỉ trích của Pháp giả định sự tồn tại của xã hội tư sản hiện
đại

**Bourgeoisie economic conditions of existence and
Bourgeoisie political constitution**

Điều kiện kinh tế tư sản tồn tại và hiến pháp chính trị tư sản

the very things whose attainment was the object of the pending struggle in Germany

chính những điều mà thành tựu của họ là đối tượng của cuộc đấu tranh đang chờ xử lý ở Đức

Germany's silly echo of socialism abandoned these goals just in the nick of time

Tiếng vang ngớ ngẩn của chủ nghĩa xã hội Đức đã từ bỏ những mục tiêu này chỉ trong một khoảng thời gian ngắn

the absolute governments had their following of parsons, professors, country squires and officials

Các chính phủ tuyệt đối có những người theo dõi các giáo sĩ, giáo sư, cận vệ và quan chức quốc gia

the government of the time met the German working-class risings with floggings and bullets

chính phủ thời đó đã gặp phải sự trỗi dậy của tầng lớp lao động Đức bằng những cú đánh và đạn

for them this socialism served as a welcome scarecrow against the threatening Bourgeoisie

đối với họ, chủ nghĩa xã hội này phục vụ như một bù nhìn chào đón chống lại giai cấp tư sản đe dọa

and the German government was able to offer a sweet dessert after the bitter pills it handed out

và chính phủ Đức đã có thể cung cấp một món tráng miệng ngọt ngào sau những viên thuốc đắng mà họ phát ra

this "True" Socialism thus served the governments as a weapon for fighting the German Bourgeoisie

Do đó, chủ nghĩa xã hội "chân chính" này phục vụ các chính phủ như một vũ khí để chống lại giai cấp tư sản Đức

and, at the same time, it directly represented a reactionary interest; that of the German Philistines

đồng thời, trực tiếp đại diện cho lợi ích phản động; của người Philistines Đức

In Germany the petty Bourgeoisie class is the real social basis of the existing state of things

Ở Đức, giai cấp tư sản nhỏ là cơ sở xã hội thực sự của tình trạng hiện tại

a relique of the sixteenth century that has constantly been cropping up under various forms

Một di tích của thế kỷ XVI đã liên tục được cắt xén dưới nhiều hình thức khác nhau

To preserve this class is to preserve the existing state of things in Germany

Để bảo tồn giai cấp này là bảo tồn tình trạng hiện có của sự vật ở Đức

The industrial and political supremacy of the Bourgeoisie threatens the petty Bourgeoisie with certain destruction

Quyền lực tối cao về công nghiệp và chính trị của giai cấp tư sản đe dọa giai cấp tư sản nhỏ với sự hủy diệt nhất định

on the one hand, it threatens to destroy the petty Bourgeoisie through the concentration of capital

một mặt, nó đe dọa tiêu diệt giai cấp tư sản nhỏ thông qua việc tập trung tư bản

on the other hand, the Bourgeoisie threatens to destroy it through the rise of a revolutionary proletariat

mặt khác, giai cấp tư sản đe dọa tiêu diệt nó thông qua sự trỗi dậy của giai cấp vô sản cách mạng

"True" Socialism appeared to kill these two birds with one stone. It spread like an epidemic

Chủ nghĩa xã hội "thật" dường như giết chết hai con chim này bằng một hòn đá. Nó lây lan như một dịch bệnh

The robe of speculative cobwebs, embroidered with flowers of rhetoric, steeped in the dew of sickly sentiment

Chiếc áo choàng mạng nhện đầu cơ, thêu hoa hùng biện, ngập trong sương của tình cảm bệnh hoạn

this transcendental robe in which the German Socialists wrapped their sorry "eternal truths"

chiếc áo choàng siêu việt này trong đó những người Xã hội Đức bọc "sự thật vĩnh cửu" đáng tiếc của họ

all skin and bone, served to wonderfully increase the sale of their goods amongst such a public

tất cả da và xương, phục vụ để tăng doanh số bán hàng hóa của họ một cách tuyệt vời giữa một công chúng như vậy

And on its part, German Socialism recognised, more and more, its own calling

Và về phần mình, chủ nghĩa xã hội Đức ngày càng nhận ra tiếng gọi của chính mình

it was called to be the bombastic representative of the petty-Bourgeoisie Philistine

nó được gọi là đại diện khoa trương của tiểu tư sản Philistine

It proclaimed the German nation to be the model nation, and German petty Philistine the model man

Nó tuyên bố quốc gia Đức là quốc gia kiểu mẫu, và Philistine nhỏ bé người Đức là người đàn ông mẫu mực

To every villainous meanness of this model man it gave a hidden, higher, Socialistic interpretation

Đối với mỗi ý nghĩa xấu xa của người đàn ông kiểu mẫu này, nó đã đưa ra một cách giải thích xã hội chủ nghĩa ẩn giấu, cao hơn,

this higher, Socialistic interpretation was the exact contrary of its real character

cách giải thích xã hội chủ nghĩa cao hơn này hoàn toàn trái ngược với đặc điểm thực sự của nó

It went to the extreme length of directly opposing the "brutally destructive" tendency of Communism

Nó đã đi đến cực hạn để trực tiếp chống lại xu hướng "phá hoại tàn bạo" của chủ nghĩa cộng sản

and it proclaimed its supreme and impartial contempt of all class struggles

và nó tuyên bố sự khinh miệt tối cao và vô tư của nó đối với tất cả các cuộc đấu tranh giai cấp

With very few exceptions, all the so-called Socialist and Communist publications that now (1847) circulate in Germany belong to the domain of this foul and enervating literature

Với rất ít ngoại lệ, tất cả các ấn phẩm được gọi là Xã hội chủ nghĩa và Cộng sản mà bây giờ (1847) lưu hành ở Đức đều thuộc về lĩnh vực văn học hôi thối và tràn đầy năng lượng này

2) Conservative Socialism, or Bourgeoisie Socialism
2) Chủ nghĩa xã hội bảo thủ, hay chủ nghĩa xã hội tư sản
A part of the Bourgeoisie is desirous of redressing social grievances
Một bộ phận của giai cấp tư sản mong muốn giải quyết những bất bình xã hội
in order to secure the continued existence of Bourgeoisie society
nhằm bảo đảm sự tồn tại liên tục của xã hội tư sản
To this section belong economists, philanthropists, humanitarians
Phần này thuộc về các nhà kinh tế, nhà từ thiện, nhà nhân đạo
improvers of the condition of the working class and organisers of charity
cải thiện tình trạng của giai cấp công nhân và những người tổ chức từ thiện
members of societies for the prevention of cruelty to animals
thành viên của các hiệp hội phòng chống tàn ác đối với động vật
temperance fanatics, hole-and-corner reformers of every imaginable kind
Những kẻ cuồng tín ôn hòa, những nhà cải cách lỗ hổng và góc khuất của mọi loại có thể tưởng tượng được
This form of Socialism has, moreover, been worked out into complete systems
Hơn nữa, hình thức chủ nghĩa xã hội này đã được thực hiện thành các hệ thống hoàn chỉnh
We may cite Proudhon's "Philosophie de la Misère" as an example of this form
Chúng ta có thể trích dẫn "Philosophie de la Misère" của Proudhon như một ví dụ về hình thức này
The Socialistic Bourgeoisie want all the advantages of modern social conditions
Giai cấp tư sản xã hội chủ nghĩa muốn tất cả những lợi thế của điều kiện xã hội hiện đại

but the Socialistic Bourgeoisie don't necessarily want the resulting struggles and dangers

nhưng giai cấp tư sản xã hội chủ nghĩa không nhất thiết muốn kết quả đấu tranh và nguy hiểm

They desire the existing state of society, minus its revolutionary and disintegrating elements

Họ mong muốn tình trạng hiện tại của xã hội, trừ đi các yếu tố cách mạng và tan rã của nó

in other words, they wish for a Bourgeoisie without a proletariat

nói cách khác, họ mong muốn một giai cấp tư sản không có giai cấp vô sản

The Bourgeoisie naturally conceives the world in which it is supreme to be the best

Giai cấp tư sản tự nhiên quan niệm thế giới trong đó nó là tối cao để trở thành tốt nhất

and Bourgeoisie Socialism develops this comfortable conception into various more or less complete systems

và chủ nghĩa xã hội tư sản phát triển quan niệm thoải mái này thành nhiều hệ thống ít nhiều hoàn chỉnh

they would very much like the proletariat to march straightway into the social New Jerusalem

họ rất muốn giai cấp vô sản tiến thẳng vào xã hội New Jerusalem

but in reality it requires the proletariat to remain within the bounds of existing society

Nhưng trên thực tế, nó đòi hỏi giai cấp vô sản phải ở trong giới hạn của xã hội hiện hữu

they ask the proletariat to cast away all their hateful ideas concerning the Bourgeoisie

họ yêu cầu giai cấp vô sản vứt bỏ mọi tư tưởng thù hận của họ liên quan đến giai cấp tư sản

there is a second more practical, but less systematic, form of this Socialism

có một hình thức thứ hai thực tế hơn, nhưng ít hệ thống hơn, của chủ nghĩa xã hội này

this form of socialism sought to depreciate every revolutionary movement in the eyes of the working class

Hình thức chủ nghĩa xã hội này đã tìm cách hạ thấp mọi phong trào cách mạng trong mắt giai cấp công nhân

they argue no mere political reform could be of any advantage to them

Họ lập luận rằng không có cải cách chính trị đơn thuần nào có thể mang lại bất kỳ lợi thế nào cho họ

only a change in the material conditions of existence in economic relations are of benefit

Chỉ có một sự thay đổi trong các điều kiện vật chất của sự tồn tại trong quan hệ kinh tế là có lợi

like communism, this form of socialism advocates for a change in the material conditions of existence

Giống như chủ nghĩa cộng sản, hình thức chủ nghĩa xã hội này chủ trương thay đổi các điều kiện vật chất của sự tồn tại

however, this form of socialism by no means suggests the abolition of the Bourgeoisie relations of production

tuy nhiên, hình thức chủ nghĩa xã hội này không có nghĩa là xóa bỏ quan hệ sản xuất tư sản

the abolition of the Bourgeoisie relations of production can only be achieved through a revolution

việc xóa bỏ quan hệ sản xuất tư sản chỉ có thể đạt được thông qua một cuộc cách mạng

but instead of a revolution, this form of socialism suggests administrative reforms

Nhưng thay vì một cuộc cách mạng, hình thức chủ nghĩa xã hội này gợi ý cải cách hành chính

and these administrative reforms would be based on the continued existence of these relations

Và những cải cách hành chính này sẽ dựa trên sự tồn tại liên tục của các mối quan hệ này

reforms, therefore, that in no respect affect the relations between capital and labour

Do đó, cải cách không ảnh hưởng đến quan hệ giữa tư bản và lao động

at best, such reforms lessen the cost and simplify the administrative work of Bourgeoisie government

tốt nhất, những cải cách như vậy làm giảm chi phí và đơn giản hóa công việc hành chính của chính phủ tư sản

Bourgeois Socialism attains adequate expression, when, and only when, it becomes a mere figure of speech

Chủ nghĩa xã hội tư sản đạt được sự thể hiện đầy đủ, khi nào, và chỉ khi, nó trở thành một hình ảnh đơn thuần của lời nói

Free trade: for the benefit of the working class

Thương mại tự do: vì lợi ích của giai cấp công nhân

Protective duties: for the benefit of the working class

Nhiệm vụ bảo vệ: vì lợi ích của giai cấp công nhân

Prison Reform: for the benefit of the working class

Cải cách nhà tù: vì lợi ích của giai cấp công nhân

This is the last word and the only seriously meant word of Bourgeoisie Socialism

Đây là lời cuối cùng và là từ có ý nghĩa nghiêm túc duy nhất của chủ nghĩa xã hội tư sản

It is summed up in the phrase: the Bourgeoisie is a Bourgeoisie for the benefit of the working class

Nó được tóm tắt trong cụm từ: giai cấp tư sản là một giai cấp tư sản vì lợi ích của giai cấp công nhân

3) Critical-Utopian Socialism and Communism
3) Chủ nghĩa xã hội và chủ nghĩa cộng sản không tưởng phê phán

We do not here refer to that literature which has always given voice to the demands of the proletariat
Ở đây chúng ta không đề cập đến nền văn học luôn luôn nói lên những đòi hỏi của giai cấp vô sản
this has been present in every great modern revolution, such as the writings of Babeuf and others
điều này đã có mặt trong mọi cuộc cách mạng hiện đại vĩ đại, chẳng hạn như các tác phẩm của Babeuf và những người khác
The first direct attempts of the proletariat to attain its own ends necessarily failed
Những nỗ lực trực tiếp đầu tiên của giai cấp vô sản để đạt được mục đích riêng của mình nhất thiết đã thất bại
these attempts were made in times of universal excitement, when feudal society was being overthrown
Những nỗ lực này được thực hiện trong thời kỳ phấn khích phổ quát, khi xã hội phong kiến bị lật đổ
the then undeveloped state of the proletariat led to those attempts failing
Nhà nước vô sản lúc đó chưa phát triển đã dẫn đến những nỗ lực đó thất bại
and they failed due to the absence of the economic conditions for its emancipation
Và họ đã thất bại do không có điều kiện kinh tế để giải phóng nó
conditions that had yet to be produced, and could be produced by the impending Bourgeoisie epoch alone
những điều kiện chưa được tạo ra, và chỉ có thể được tạo ra bởi thời đại tư sản sắp xảy ra
The revolutionary literature that accompanied these first movements of the proletariat had necessarily a reactionary character

Văn học cách mạng đi kèm với những phong trào đầu tiên của giai cấp vô sản nhất thiết phải có tính chất phản động

This literature inculcated universal asceticism and social levelling in its crudest form

Văn học này khắc sâu chủ nghĩa khổ hạnh phổ quát và san bằng xã hội ở dạng thô sơ nhất của nó

The Socialist and Communist systems, properly so called, spring into existence in the early undeveloped period

Các hệ thống xã hội chủ nghĩa và cộng sản, được gọi đúng như vậy, xuất hiện trong thời kỳ đầu chưa phát triển

Saint-Simon, Fourier, Owen and others, described the struggle between proletariat and Bourgeoisie (see Section 1)

Saint-Simon, Fourier, Owen và những người khác, đã mô tả cuộc đấu tranh giữa giai cấp vô sản và giai cấp tư sản (xem Phần 1)

The founders of these systems see, indeed, the class antagonisms

Những người sáng lập ra các hệ thống này thực sự nhìn thấy sự đối kháng giai cấp

they also see the action of the decomposing elements, in the prevailing form of society

Họ cũng nhìn thấy hành động của các yếu tố phân hủy, trong hình thức phổ biến của xã hội

But the proletariat, as yet in its infancy, offers to them the spectacle of a class without any historical initiative

Nhưng giai cấp vô sản, vẫn còn trong giai đoạn sơ khai, mang đến cho họ cảnh tượng của một giai cấp không có bất kỳ sáng kiến lịch sử nào

they see the spectacle of a social class without any independent political movement

Họ nhìn thấy cảnh tượng của một tầng lớp xã hội không có bất kỳ phong trào chính trị độc lập nào

the development of class antagonism keeps even pace with the development of industry

Sự phát triển của sự đối kháng giai cấp theo kịp với sự phát triển của công nghiệp

so the economic situation does not as yet offer to them the material conditions for the emancipation of the proletariat

Vì vậy, tình hình kinh tế chưa cung cấp cho họ những điều kiện vật chất để giải phóng giai cấp vô sản

They therefore search after a new social science, after new social laws, that are to create these conditions

Do đó, họ tìm kiếm một khoa học xã hội mới, theo sau các luật xã hội mới, để tạo ra những điều kiện này

historical action is to yield to their personal inventive action

Hành động lịch sử là nhượng bộ hành động sáng tạo cá nhân của họ

historically created conditions of emancipation are to yield to fantastic conditions

Các điều kiện giải phóng được tạo ra trong lịch sử là nhường chỗ cho những điều kiện tuyệt vời

and the gradual, spontaneous class-organisation of the proletariat is to yield to the organisation of society

và tổ chức giai cấp dần dần, tự phát của giai cấp vô sản là nhường nhịn tổ chức xã hội

the organisation of society specially contrived by these inventors

Tổ chức xã hội được tạo ra đặc biệt bởi những nhà phát minh này

Future history resolves itself, in their eyes, into the propaganda and the practical carrying out of their social plans

Lịch sử tương lai tự giải quyết, trong mắt họ, vào việc tuyên truyền và thực hiện thực tế các kế hoạch xã hội của họ

In the formation of their plans they are conscious of caring chiefly for the interests of the working class

Trong việc hình thành các kế hoạch của họ, họ có ý thức quan tâm chủ yếu đến lợi ích của giai cấp công nhân

Only from the point of view of being the most suffering class does the proletariat exist for them

Chỉ từ quan điểm là giai cấp đau khổ nhất, giai cấp vô sản mới tồn tại đối với họ

The undeveloped state of the class struggle and their own surroundings inform their opinions

Tình trạng chưa phát triển của cuộc đấu tranh giai cấp và môi trường xung quanh của chính họ thông báo cho ý kiến của họ

Socialists of this kind consider themselves far superior to all class antagonisms

Những người xã hội chủ nghĩa thuộc loại này tự coi mình vượt trội hơn nhiều so với tất cả các đối kháng giai cấp

They want to improve the condition of every member of society, even that of the most favoured

Họ muốn cải thiện điều kiện của mọi thành viên trong xã hội, ngay cả những người được ưu ái nhất

Hence, they habitually appeal to society at large, without distinction of class

Do đó, họ có thói quen thu hút xã hội nói chung, không phân biệt giai cấp

nay, they appeal to society at large by preference to the ruling class

Không, họ thu hút xã hội nói chung bằng cách ưu tiên cho giai cấp thống trị

to them, all it requires is for others to understand their system

Đối với họ, tất cả những gì nó đòi hỏi là để người khác hiểu hệ thống của họ

because how can people fail to see that the best possible plan is for the best possible state of society?

Bởi vì làm thế nào mọi người có thể không thấy rằng kế hoạch tốt nhất có thể là cho tình trạng tốt nhất có thể của xã hội?

Hence, they reject all political, and especially all revolutionary, action

Do đó, họ bác bỏ mọi hành động chính trị, và đặc biệt là tất cả các hành động cách mạng

they wish to attain their ends by peaceful means

Họ muốn đạt được mục đích của họ bằng các biện pháp hòa bình

they endeavour, by small experiments, which are necessarily doomed to failure

Họ nỗ lực, bằng những thí nghiệm nhỏ, nhất thiết phải cam chịu thất bại

and by the force of example they try to pave the way for the new social Gospel

và bằng sức mạnh của tấm gương, họ cố gắng mở đường cho Tin Mừng xã hội mới

Such fantastic pictures of future society, painted at a time when the proletariat is still in a very undeveloped state

Những bức tranh tuyệt vời như vậy về xã hội tương lai, được vẽ vào thời điểm giai cấp vô sản vẫn còn trong tình trạng rất kém phát triển

and it still has but a fantastical conception of its own position

Và nó vẫn chỉ có một quan niệm tuyệt vời về vị trí riêng của nó

but their first instinctive yearnings correspond with the yearnings of the proletariat

Nhưng những khao khát bản năng đầu tiên của họ tương ứng với những khao khát của giai cấp vô sản

both yearn for a general reconstruction of society

Cả hai đều khao khát một sự tái thiết chung của xã hội

But these Socialist and Communist publications also contain a critical element

Nhưng những ấn phẩm xã hội chủ nghĩa và cộng sản này cũng chứa đựng một yếu tố quan trọng

They attack every principle of existing society

Họ tấn công mọi nguyên tắc của xã hội hiện tại

Hence they are full of the most valuable materials for the enlightenment of the working class

Do đó, chúng có đầy đủ các tài liệu quý giá nhất cho sự giác ngộ của giai cấp công nhân

they propose abolition of the distinction between town and country, and the family

Họ đề nghị bãi bỏ sự phân biệt giữa thị trấn và nông thôn, và gia đình
the abolition of the carrying on of industries for the account of private individuals
bãi bỏ việc thực hiện các ngành công nghiệp cho tài khoản của các cá nhân tư nhân
and the abolition of the wage system and the proclamation of social harmony
và bãi bỏ hệ thống tiền lương và tuyên bố hòa hợp xã hội
the conversion of the functions of the State into a mere superintendence of production
chuyển đổi các chức năng của Nhà nước thành giám sát sản xuất đơn thuần
all these proposals, point solely to the disappearance of class antagonisms
Tất cả những đề xuất này, chỉ chỉ ra sự biến mất của sự đối kháng giai cấp
class antagonisms were, at that time, only just cropping up
Sự đối kháng giai cấp, vào thời điểm đó, chỉ mới xuất hiện
in these publications these class antagonisms are recognised in their earliest, indistinct and undefined forms only
Trong các ấn phẩm này, các đối kháng giai cấp này chỉ được công nhận ở dạng sớm nhất, không rõ ràng và không xác định
These proposals, therefore, are of a purely Utopian character
Do đó, những đề xuất này có tính chất hoàn toàn không tưởng
The significance of Critical-Utopian Socialism and Communism bears an inverse relation to historical development
Tầm quan trọng của chủ nghĩa xã hội và chủ nghĩa cộng sản phê phán-không tưởng có mối quan hệ nghịch đảo với sự phát triển lịch sử
the modern class struggle will develop and continue to take definite shape
Cuộc đấu tranh giai cấp hiện đại sẽ phát triển và tiếp tục hình thành nhất định

this fantastic standing from the contest will lose all practical value

Vị trí tuyệt vời này từ cuộc thi sẽ mất tất cả giá trị thực tế

these fantastic attacks on class antagonisms will lose all theoretical justification

Những cuộc tấn công tuyệt vời này vào sự đối kháng giai cấp sẽ mất tất cả sự biện minh lý thuyết

the originators of these systems were, in many respects, revolutionary

Những người khởi xướng các hệ thống này, trong nhiều khía cạnh, là một cuộc cách mạng

but their disciples have, in every case, formed mere reactionary sects

Nhưng các đệ tử của họ, trong mọi trường hợp, đã hình thành các giáo phái phản động đơn thuần

They hold tightly to the original views of their masters

Họ giữ chặt quan điểm ban đầu của chủ nhân của họ

but these views are in opposition to the progressive historical development of the proletariat

Nhưng những quan điểm này trái ngược với sự phát triển lịch sử tiến bộ của giai cấp vô sản

They, therefore, endeavour, and that consistently, to deaden the class struggle

Do đó, họ cố gắng, và điều đó một cách nhất quán, để làm chết cuộc đấu tranh giai cấp

and they consistently endeavour to reconcile the class antagonisms

và họ luôn nỗ lực để hòa giải sự đối kháng giai cấp

They still dream of experimental realisation of their social Utopias

Họ vẫn mơ ước thực hiện thực nghiệm những điều không tưởng xã hội của họ

they still dream of founding isolated "phalansteres" and establishing "Home Colonies"

họ vẫn mơ ước thành lập "phalansteres" bị cô lập và thành lập "Thuộc địa nhà"

they dream of setting up a "Little Icaria"—duodecimo editions of the New Jerusalem

họ mơ ước thiết lập một "Little Icaria" — phiên bản duodecimo của Jerusalem Mới

and they dream to realise all these castles in the air

Và họ mơ ước nhận ra tất cả những lâu đài này trên không

they are compelled to appeal to the feelings and purses of the bourgeois

Họ buộc phải thu hút cảm xúc và ví tiền của giai cấp tư sản

By degrees they sink into the category of the reactionary conservative Socialists depicted above

Theo mức độ, họ chìm vào phạm trù của những người xã hội chủ nghĩa bảo thủ phản động được mô tả ở trên

they differ from these only by more systematic pedantry

Chúng khác với những điều này chỉ bởi phương pháp sư phạm có hệ thống hơn

and they differ by their fanatical and superstitious belief in the miraculous effects of their social science

Và họ khác nhau bởi niềm tin cuồng tín và mê tín dị đoan của họ vào những tác động kỳ diệu của khoa học xã hội của họ

They, therefore, violently oppose all political action on the part of the working class

Do đó, họ phản đối dữ dội mọi hành động chính trị từ phía giai cấp công nhân

such action, according to them, can only result from blind unbelief in the new Gospel

Hành động như vậy, theo họ, chỉ có thể là kết quả của sự không tin mù quáng vào Tin Mừng mới

The Owenites in England, and the Fourierists in France, respectively, oppose the Chartists and the "Réformistes"

Người Owenites ở Anh và Fourierists ở Pháp, tương ứng, phản đối Chartists và "Réformistes"

Position of the Communists in Relation to the Various Existing Opposition Parties

Lập trường của những người cộng sản trong mối quan hệ với các đảng đối lập hiện có khác nhau

Section II has made clear the relations of the Communists to the existing working-class parties

Phần II đã làm rõ mối quan hệ của những người cộng sản với các đảng của giai cấp công nhân hiện tại

such as the Chartists in England, and the Agrarian Reformers in America

chẳng hạn như Chartists ở Anh, và các nhà cải cách nông nghiệp ở Mỹ

The Communists fight for the attainment of the immediate aims

Những người cộng sản đấu tranh để đạt được các mục tiêu trước mắt

they fight for the enforcement of the momentary interests of the working class

Họ đấu tranh cho việc thực thi các lợi ích nhất thời của giai cấp công nhân

but in the political movement of the present, they also represent and take care of the future of that movement

Nhưng trong phong trào chính trị của hiện tại, họ cũng đại diện và chăm sóc tương lai của phong trào đó

In France the Communists ally themselves with the Social-Democrats

Ở Pháp, những người Cộng sản liên minh với Đảng Dân chủ Xã hội

and they position themselves against the conservative and radical Bourgeoisie

và họ tự đặt mình vào vị trí chống lại giai cấp tư sản bảo thủ và cấp tiến

however, they reserve the right to take up a critical position in regard to phrases and illusions traditionally handed down from the great Revolution

tuy nhiên, họ có quyền chiếm một vị trí quan trọng liên quan đến các cụm từ và ảo tưởng truyền thống được lưu truyền từ cuộc Cách mạng vĩ đại

In Switzerland they support the Radicals, without losing sight of the fact that this party consists of antagonistic elements

Ở Thụy Sĩ, họ ủng hộ những người cấp tiến, mà không đánh mất sự thật rằng đảng này bao gồm các yếu tố đối kháng

partly of Democratic Socialists, in the French sense, partly of radical Bourgeoisie

một phần của những người xã hội chủ nghĩa dân chủ, theo nghĩa của Pháp, một phần của giai cấp tư sản cấp tiến

In Poland they support the party that insists on an agrarian revolution as the prime condition for national emancipation

Ở Ba Lan, họ ủng hộ đảng khăng khăng đòi một cuộc cách mạng nông nghiệp như là điều kiện chính để giải phóng dân tộc

that party which fomented the insurrection of Cracow in 1846

đảng đó đã xúi giục cuộc nổi dậy của Cracow năm 1846

In Germany they fight with the Bourgeoisie whenever it acts in a revolutionary way

Ở Đức, họ chiến đấu với giai cấp tư sản bất cứ khi nào nó hành động một cách mạng

against the absolute monarchy, the feudal squirearchy, and the petty Bourgeoisie

chống lại chế độ quân chủ tuyệt đối, chế độ cận vệ phong kiến và giai cấp tư sản nhỏ

But they never cease, for a single instant, to instil into the working class one particular idea

Nhưng họ không bao giờ ngừng, trong một khoảnh khắc, để thấm nhuần vào giai cấp công nhân một ý tưởng cụ thể

the clearest possible recognition of the hostile antagonism between Bourgeoisie and proletariat

sự thừa nhận rõ ràng nhất có thể về sự đối kháng thù địch giữa giai cấp tư sản và giai cấp vô sản

so that the German workers may straightaway use the weapons at their disposal

để công nhân Đức có thể ngay lập tức sử dụng vũ khí theo ý của họ

the social and political conditions that the Bourgeoisie must necessarily introduce along with its supremacy

các điều kiện xã hội và chính trị mà giai cấp tư sản nhất thiết phải đưa ra cùng với quyền lực tối cao của nó;

the fall of the reactionary classes in Germany is inevitable

sự sụp đổ của các giai cấp phản động ở Đức là không thể tránh khỏi

and then the fight against the Bourgeoisie itself may immediately begin

và sau đó cuộc chiến chống lại chính giai cấp tư sản có thể bắt đầu ngay lập tức

The Communists turn their attention chiefly to Germany, because that country is on the eve of a Bourgeoisie revolution

Những người cộng sản chuyển sự chú ý của họ chủ yếu sang Đức, bởi vì đất nước đó đang ở trước thềm một cuộc cách mạng tư sản

a revolution that is bound to be carried out under more advanced conditions of European civilisation

một cuộc cách mạng chắc chắn sẽ được thực hiện trong những điều kiện tiên tiến hơn của nền văn minh châu Âu

and it is bound to be carried out with a much more developed proletariat

Và nó nhất định phải được thực hiện với một giai cấp vô sản phát triển hơn nhiều

a proletariat more advanced than that of England was in the seventeenth, and of France in the eighteenth century

một giai cấp vô sản tiên tiến hơn của Anh vào thế kỷ XVII, và của Pháp vào thế kỷ XVIII

and because the Bourgeoisie revolution in Germany will be but the prelude to an immediately following proletarian revolution

và bởi vì cuộc cách mạng tư sản ở Đức sẽ chỉ là khúc dạo đầu cho một cuộc cách mạng vô sản ngay sau đó

In short, the Communists everywhere support every revolutionary movement against the existing social and political order of things

Nói tóm lại, những người cộng sản ở khắp mọi nơi ủng hộ mọi phong trào cách mạng chống lại trật tự xã hội và chính trị hiện có

In all these movements they bring to the front, as the leading question in each, the property question

Trong tất cả các phong trào này, họ đưa ra phía trước, như câu hỏi hàng đầu trong mỗi câu hỏi về tài sản

no matter what its degree of development is in that country at the time

Bất kể mức độ phát triển của nó là bao nhiêu ở quốc gia đó vào thời điểm đó

Finally, they labour everywhere for the union and agreement of the democratic parties of all countries

Cuối cùng, họ lao động khắp nơi cho sự liên minh và thỏa thuận của các đảng dân chủ của tất cả các quốc gia

The Communists disdain to conceal their views and aims

Những người cộng sản khinh miệt che giấu quan điểm và mục đích của họ

They openly declare that their ends can be attained only by the forcible overthrow of all existing social conditions

Họ công khai tuyên bố rằng mục đích của họ chỉ có thể đạt được bằng cách lật đổ cưỡng bức tất cả các điều kiện xã hội hiện có

Let the ruling classes tremble at a Communistic revolution

Hãy để giai cấp thống trị run sợ trước một cuộc cách mạng cộng sản

The proletarians have nothing to lose but their chains

Những người vô sản không có gì để mất ngoài xiềng xích của họ

They have a world to win

Họ có một thế giới để giành chiến thắng

WORKING MEN OF ALL COUNTRIES, UNITE!
NHỮNG NGƯỜI LAO ĐỘNG CỦA TẤT CẢ CÁC NƯỚC, ĐOÀN KẾT!